முதிராக் கதிர்

து. நிபுணமதி

டிஸ்கவரி பப்ளிகேஷன்ஸ்
எண்: 9, பிளாட் எண்: 1080A, ரோஹிணி பிளாட்ஸ்
முனுசாமி சாலை, கே.கே.நகர் மேற்கு,
சென்னை - 600 078. பேச: 99404 46650

வெளியீட்டு எண்: 0310

முதிராக் கதிர் (கட்டுரை)
ஆசிரியர்: து.நிபுணமதி©
Muthirakathir (essay)
Author: D. Nibunamathy©
Print in India
1st Edition : Nov - 2023
ISBN: 978-81-19541-16-4
Pages - 112
Rs - 140

Publisher • *Sales Rights*

Discovery Publications
No. 9, Plot,1080A, Rohini Flats,
Munusamy Salai,
K.K.Nagar West, Chennai - 78.
Tamilnadu, India.
Mobile: +91 99404 46650

Discovery Book Palace (P) Ltd
No. 1055-B, Munusamy Salai,
K.K.Nagar West,
Chennai-600 078.
Ph: (044) 4855 7525
Mobile: +91 87545 07070

discoverybookpalace@gmail.com / www.discoverybookpalace.com

இந்த நூலில் பிரசுரமாகியுள்ள எந்த ஒரு பகுதியையும் எழுத்துபூர்வமான முன்அனுமதி பெறாமல் எடுத்தாள்வதோ, மறுபிரசுரம் செய்வதோ, மொழியாக்கம் செய்வதோ, ஊடகங்களில் மறுபதிப்புச் செய்வதோ, காப்புரிமைச் சட்டப்படி தடை செய்யப்பட்டுள்ளது. இந்த நூலிலிருந்து சில பகுதிகளை மேற்கோள்காட்டி நூல்அறிமுகம் செய்யலாம்.

உங்கள் மொபைல் போனிலிருந்து ஸ்கேன் செய்து 'டிஸ்கவரி புக் பேலஸ்' மொபைல் ஆப்பை டவுன்லோடு செய்து, புத்தகங்களை வாங்குங்கள்.

முன்னுரை

வாழ்க்கை என்பது பலவிதம்! ஒவ்வொருவர் பார்வையிலும் ஒரு தனிவிதம்! ஆனாலும் அவரவர் இளமைக் காலமே சிறந்தது என்றே பலருக்கும் தோன்றுகிறது. ஏனெனில் அப்போது நாம் காண்பதெல்லாம் புதிது! ஒவ்வொன்றையும் அறிந்து கொள்ளும் ஆர்வத்தில் வெகு உற்சாகத்துடன் வாழ்வை எதிர் கொள்கிறோம். எதுவுமே நம் வழியில் தடையாய்த் தெரிவதில்லை. தடைகளைத் தாண்டிப் போகும் வேகத்தை நம் வயது தந்து விடுகிறது.

ஒரே சூரியன்தான். இளங்காலைக் கதிர் இதமாய் இருக்கிறது. நேரம் ஆக ஆக முதிர்ந்த கதிர் சுடத் தொடங்குகிறது. நம்மால் தாங்க முடிவதில்லை.

அது போன்றே நம் சொந்தக் காலில் நின்று வாழ்வை சந்திக்கும்போது திகைத்துப் போகிறோம். நம் வழியில் அனைத்தும் தடைக் கற்களாய்த் தெரிகின்றன. நம் இளமைப் பருவத்துக்கு ஏங்கிப் போகிறோம்.

நம் இளமைப் பருவ அனுபவங்கள் என்றும் மறக்க முடியாதவை. எப்போது நினைத்தாலும் நம் இதழோரம் ஒரு குறு நகையைக் கொண்டு வருபவை. உண்மையில் நம் இளம் பருவத்தின் அனுபவங்களே நம் குணத்தைத் தீர்மானிக்கின்றன. அவை நல்ல விதமாய் இருக்கும்போது நம் மிச்ச வாழ்க்கையும் நல்ல விதமாகவே செல்கிறது.

இந்தப் புத்தகத்தின் கட்டுரைகள் அனைத்தும் ஒரு சிற்றூரில் பிறந்து வளர்ந்த ஒரு சிறுமியின் அனுபவங்களே. என் ஊரான விழுப்புரம் மாவட்டத்தில் உள்ள செஞ்சி அப்போது சிற்றூர்தான். 1970...80 காலகட்டத்தின் பள்ளி, கல்லூரி, ஆசிரியர்கள், மக்கள், அவர்களின் எண்ண ஓட்டம் அனைத்தையும் இதன் மூலம் அறிய முடியும்.

படிப்பவரின் சிறுவயது நாட்கள் மனதில் நிழலாடலாம். பால் பிடித்த பச்சைக் கதிரின் முதிராத தானிய மணிகள் எப்போதும் ருசியானவை... இல்லையா?

காய்களில் கூட பிஞ்சு எப்போதும் சுவையானது. முற்றிய பிறகு புளிக்குமோ கசக்குமோ ருசிக்குமோ யார் கண்டது?

இந்தப் புத்தகத்தைப் படிக்கும் அனைவருக்கும் நன்றி!

V. ARUN
Addl. Advocate General
Govt. of Tamil Nadu

O/o. Addl. Advocate General
IVth Floor, Law Officers Block,
Madras High Court Buildings,
Chennai - 600 104
Mobile : 94440 31987

அணிந்துரை

முதிராக் கதிர் – நமது நினைவு அடுக்குகளில் கீழ் நிலையில் படிந்து, மறந்து போன வாழ்வின் சுவையான சில பல பக்கங்களை மேல் அடுக்குக்கு கொண்டு வந்து, மறந்து போன பள்ளி மற்றும் இளம் பருவத்தில் அனுபவித்த சுகமான நினைவுகளை இந்த இயந்திரமயமான வாழ்க்கையில் பின்னோக்கி கொண்டு சென்று சற்றே மந்தகாசமான நிமிடங்களையும் அதனைத் தொடர்ந்து அசை போடும் சூழலையும் கொடுக்கிறது.

குறிப்பாக 60 ஆம் ஆண்டு வரை (வண்ண டிவி உட்பட உலகமயமாதல் சூழல் இல்லாத) காலத்தில் பிறந்து பள்ளி, கல்லூரி, இளம் பருவம் என்று கடந்து வந்த 40 முதல் 60 வயதுள்ள ஒவ்வொருவரும் இந்த முதிராக் கதிரில் சொல்லப்பட்ட பல சூழலில் வாழ்ந்து, கடந்து வந்ததை மறுக்க முடியாத இனிய அனுபவங்களை தான் பெறுவார்கள்.

85க்கு பிறகு பிறந்தவர்கள், உலகமயமாதல் என்ற சூறாவளியில் சிக்கி, இன்றைய எண்ணியல் யுகத்தில் பல சிறப்பான பயன்கள் பெற்றாலும், அவர்கள் காணமுடியாத தங்களின் தந்தை, தாய், சித்தப்பா, மாமா, தாத்தா, பாட்டி போன்றவர்கள் வாழ்ந்த வாழ்க்கையை கண் முன்னே காணக்கூடிய ஒரு அனுபவத்தையே வழங்கும் என்பதில் மாற்றுக் கருத்து இருக்க முடியாது.

சரித்திரப் புகழ் பெற்ற செஞ்சி, சிறு பெரும் பாறைகளால் உருவான மலைகளால் உருவாக்கப்படும் வெப்ப பூமி, பேரரசுகள் ஆண்ட மாபெரும் ஹம்பி மலைத் தொடரின் குழந்தைகள் தான் இங்குள்ள பாறை மலைகள். நீரில் பூக்கும் அல்லி போல, குளிர் மலைகளில் பிறக்கும் குறிஞ்சி போல, இந்த வெப்ப மலை பூமியில் பிறந்தது தான் இந்த முதிராக் கதிர் எனும் பூ.

அப்படிப்பட்ட பூமியில் பிறந்து வளர்ந்த ஒரு சிறுமியின் பார்வையில் பிறந்தது தான் இந்த முதிராக் கதிர். கடந்த 60 முதல் 90 வரை நம்மிடம் இருந்து காணாமல் போனவைகள் எத்தனை எத்தனை என்று கணக்கிட முடியாதவைகளில், சில இனிப்பானவைகளான களா காய்களும் காணாமல் போகலாம், மரவள்ளி கிழங்கு காணாமல் போகலாம், தேன் மிட்டாய்களும் காணாமல் போகலாம், பல்லி மிட்டாய்களும் காணாமல் போகலாம், குச்சி ஐஸ்களும் காணாமல் போகலாம், கொடுக்காபுளியும் காணாமல் போகலாம், காக்காய் கடி மிட்டாய்களும் காணாமல் போகலாம், டேரியா பூக்களும் காணாமல் போகலாம், டிசம்பர் பூக்களும் காணாமல் போகலாம், ஏன் கனகாம்பரங்களும் காணாமல் போகலாம். ஆனால், இவைகள் அனைத்தையும் உயிர்ப்போடு கொண்டு வந்து கொடுப்பது தான் இந்த முதிராக் கதிர் கதை பேசும் கட்டுரைகள். கதை பேசுவதை கேட்க யாருக்குத் தான் பிடிக்காது.

அருண்

உள்ளே

1.	முதல் ஆசிரியை	09
2.	இடம் மாறும் பூக்கள்	11
3.	படிக்கும் பழக்கம்	13
4.	சிரிப்பதா அழுவதா..!	16
5.	காந்தி கதைகள் நூறு	18
6.	தாகம்	20
7.	ஐஸ் வண்டி	23
8.	ஆற்றில் ஒரு கால்...	25
9.	புகைப் படங்கள்	28
10.	அடையாளங்கள்	31
11.	தட்டாமல் திறக்கும் கதவு	33
12.	துக்கம்	35
13.	தேர்ந்தெடுத்தல்	37
14.	தலைகீழ் கொண்டாட்டம்!	38
15.	சீட்டிப் பாவாடை	40
16.	பாட்டி வீடு	42
17.	குறை நல்லது...!	44
18.	பெருங்காடு	47
19.	வேதாளம்	50
20.	பாராட்டு	52
21.	சாணப் பிள்ளையார்!	53
22.	பயிற்சி	55
23.	அப்பாவின் கைமணம்..!	57
24.	வேப்பமரத்துப்பால்	60
25.	புத்தி தெரிந்தால்...!	62
26.	சொல்ல நினைத்தது...!	66
27.	டீச்சர் பெண்!	69
28.	மனம் செய்யும் மாயம்!	72
29.	மலர்ந்தும் மலராத...!	74
30.	மாறும் பருவங்கள்	77
31.	ஸ்ரீ தேவி...!	79
32.	புத்தாண்டு அலம்பல்கள்...!	81
33.	தீபாவளி நாட்கள்	84
34.	செம்மல்லி	87
35.	மாதா கோயில்	89

36.	நீதிகள்... நியாயங்கள்!	91
37.	அன்று விதைத்த சொல்	94
38.	அவமானம்	96
39.	நம்பிக்கை	98
40.	ரௌத்திரம் பழகு	102
41.	உடல் மொழி	104
42.	மந்திரித்தல்	106
43.	ஓவியம்	109
44.	பயம்	111
45.	ஆசிரியர்	113
46.	உள்ளிருந்து வரும் உண்மை	115
47.	சிரிப்பு	119
48.	ஒரு ஆ"சிறியர்"...!	121
49.	ஒத்த கருத்துகள்	125
50.	கூறு	127
51.	வேரில் வைத்த விஷம்	130
52.	அன்பு..! ஆயுதம்..? முதலீடு..?	132
53.	பதில் அற்ற கேள்விகள்..!	135
54.	விடுமுறை	138
55.	இருவர் மட்டும்...	140
56.	ரேடியோ	142
57.	விலங்கு	144
58.	பொங்கிய கிராமம்!	147
59.	தோசைக்காக...!	150
60.	அதனால் என்ன...?	153
61.	நிருபித்தல்	156
62.	வெறும் உணவா?	158
63.	பெயர் பெற்ற பெண்கள்!	160
64.	ஒரு நாள் கூத்து	163
65.	சீசாப் பலகை	166
66.	பார்வைகள்	170
67.	ஒரே கோடு	173
68.	கூட்டாஞ்சோறு	175
69.	மண்ணின் மீதான பிணைப்பு	177
70.	நாற்றங்கால்	179

1.
முதல் ஆசிரியை

என் அம்மா செஞ்சி மகளிர் உயர்நிலைப் பள்ளியில் தமிழ் ஆசிரியையாக இருந்தார். அதே பள்ளி வளாகத்தில் தொடக்கப்பள்ளியும் அமைந்து இருந்தது.

ஒரு சுபயோக சுபதினத்தில் ஒரு பலகை, சில பல்பங்கள், ஒரு தண்ணீர்க் குடுவை (அதாங்க... *water bag!*) சகிதம் என்னை அழைத்துப் போய் ஒன்றாம் வகுப்பில் விட்டு விட்டுப் போனார் என் அம்மா. எல்லோருக்கும் சாக்லேட் கொடுத்து விட்டு உட்கார்ந்தேன். என் ஆசிரியை செல்வி. மதனசுந்தரி அவர்கள் என்னைப் பார்த்து 'அ' போடு... பார்க்கலாம்!" என்றார். அவ்வளவுதான்...! நான் என் பையைத் தூக்கிக் கொண்டு எழுந்தேன்! விரைந்தோடி ஒரே ஓட்டத்தில் என் அம்மா இருந்த பதினொன்றாம் வகுப்பை அடைந்து உட்கார்ந்து கொண்டேன்!

பிறகு என் அம்மா என்னை சமாதானப் படுத்தி ஒன்றாம் வகுப்புக்கு மீண்டும் அழைத்துப் போனார். என் ஆசிரியையிடம் மன்னிப்பு கேட்டு விட்டுத் தயங்கியபடி சொன்னார்:

"இவளுக்கு நல்லா எழுதப் படிக்கத் தெரியும்! அதான் நீங்க 'அ' போடச் சொன்னதும் கோச்சுக்கிட்டு ஓடி வந்துட்டா!"

என் ஆசிரியை சிரித்த முகத்துடன் என்னை அருகில் அழைத்து அமர்த்திக் கொண்டார். "நீதான் இனிமே லீடர்! வா! எல்லாருக்கும் 'அ' போடச் சொல்லிக் குடுக்கலாம்!" என்றார். எனக்கு அவரை மிகவும் பிடித்துப் போய் விட்டது!

ஒருநாள் மற்ற ஆசிரியர்களுடன் சுவாரசியமாய் ஏதோ பேசிக் கொண்டிருந்தார். அருகில் இருந்த என்னிடம் "உன் கல்யாணத்துக்கு என்னைக் கூப்பிடுவ இல்ல?" என்று கேட்டார்.

அவர் அப்போது பணி ஓய்வு பெறும் தருணத்தில் இருந்தார். நான் நிமிர்ந்து பார்த்து விட்டு, "என் கல்யாணத்தப்போ நீங்க இருக்க மாட்டீங்க டீச்சர்!" என்று சொல்லி விட்டேன். அவருக்குச் சிரிப்பு தாங்கமுடியவில்லை. சிரித்து முடித்து விட்டு என் தலையைத் தட்டிக் கொடுத்தார். எனக்குப் பெருமை பிடிபடவில்லை!

மாலை வீட்டுக்கு வந்தவுடன் அம்மாவிடம் பெருமையாய் சொன்னேன். அம்மா "எதுக்குத் தட்டிக் கொடுத்தாங்க?" என்று கேட்க விலாவாரியாய் சொன்னேன். அவ்வளவுதான்... அம்மா என் தலையில் ஓங்கி ஒரு குட்டு வைத்தார். எனக்குப் பொறி பறந்தது! கூடவே செம திட்டு!

என்னை இழுத்துக் கொண்டு அடுத்த தெருவில் இருந்த ஆசிரியை வீட்டுக்குப் போனார். அம்மா மன்னிப்புக் கேட்டு விட்டு என்னையும் கேட்கச் சொன்னார். நான் அழுதபடி "என்னை மன்னிச்சிடுங்க டீச்சர்!" என்றேன்!

ஆசிரியை என்னை அருகில் இழுத்து அணைத்துக் கொண்டார்.

"என்ன தமிழம்மா நீங்க! குழந்தை நிஜத்தைத்தான சொன்னா? எதுக்கு அவளைத் திட்டறீங்க? நிஜத்தைப் பேசும்போது திட்டினா அப்புறம் பேசவே மாட்டா. விடுங்க அவளை. அவ என் கூடவே கொஞ்ச நேரம் இருக்கட்டும்" என்று என்னை இருத்திக் கொண்டார். தின்பண்டங்கள் கொடுத்து கதை சொல்லி என் அழுகையை நிறுத்தினார்.

அப்போது எனக்குப் புரியும் வயதில்லை... எப்பேர்ப்பட்ட ஆசிரியை எனக்குக் கிடைத்திருக்கிறார் என்று! பிறகு புரிந்து போயிற்று!

அதன் பிறகு பல ஆண்டுகள் கழித்து எனக்குத் திருமணம் நடந்தபோது என்னை ஆசிர்வதித்தார்! என் முதல் மகனைத் தூக்கிச் சென்று வாழ்த்துகள் வாங்கி வந்தேன். அந்த அளவுக்கு என் பேச்சை மன்னித்து இயற்கை என்னை ஆசிர்வதித்து இருந்ததை உணர்ந்து கொண்டேன்.

2.
இடம் மாறும் பூக்கள்

நான் ஒன்றாம் வகுப்பு படிக்கும்போது எனக்கு மொட்டை அடித்தார்கள். இரண்டு நாள் கழித்து வகுப்புப்படி ஏறும்போதுதான் எனக்கு உறைத்தது... "என் தலையில் பூவில்லை!" அப்படியே திரும்பி நடந்து என் அம்மாவின் வகுப்புக்குப் போய் விட்டேன்! அம்மாவின் சமாதானம் எதுவும் என் காதில் ஏறவில்லை. நேரம் ஆகிக் கொண்டிருக்கிறது. அம்மா ஒரு வழி கண்டுபிடித்தார்.

"இப்போ கிளாஸ் போ. மதியம் சாப்பிட வரும்போது பூ வச்சு விடறேன்!" நான் "எல்லாரும் பூ இல்லன்னா கிண்டல் பண்ணுவாங்க..." என்று முனகிக் கொண்டே போனேன். (நல்லா கவனிங்க! கூந்தல் இல்லாதது பிரச்னை இல்லை!)

மதியம் அம்மா என் காதுகளுக்குப் பின்னால் தலையைச் சுற்றி ஒரு ரிப்பனைக் கட்டி , பக்கவாட்டில் அரை முழம் மல்லிகையைச் சொருவி காதோரம் தொங்க விட்டு அனுப்பினார்! எனக்குப் பெரும் மகிழ்ச்சி!

"என்ன கொடுமை இது...?" என்று கேட்கிறீர்களா? உங்களுக்கு ஐம்பது ஆண்டுகள் முன்பு இருந்த பெண்களைப் பற்றித் தெரியவில்லை என்று அர்த்தம்!

ஒவ்வொரு வீட்டிலும் பூஞ்செடிகள் இருக்கும். இல்லை என்றால் நிச்சயம் தினமும் பூ வாங்குவார்கள். பெண்களின் தலையில் விதவிதமான பூக்கள் சிரிக்கும்! அதிலும் உடையின் வண்ணத்தில் பூ இருப்பது சிறப்பு! உள்ளங்கை அகல டேலியாப்பூ பல நிறங்களில் இருக்கும். பத்து பைசாவுக்கு இரண்டு பூ வாங்கி இரண்டு பின்னல்களிலும் வைத்துக் கொண்டு பெருமையாய்ப் போவோம்!

பதின்வயதுப் பெண்கள் தலையில் பூக்கள் வைத்து விட்டு அம்மாக்கள் சற்று சோம்பலாய் தலையை அள்ளி முடிந்திருப்பார்கள்.

அவர்களுக்கும் சில விதிகள் உண்டு. கோவிலுக்கும் விசேஷ வீடுகளுக்கும் போகும்போது நிச்சயம் பூ வைத்துக் கொள்ள வேண்டும்! சினிமாவுக்குப் போனால் நல்ல புடவை உடுத்திப் போகும்போது பூக்களும் வேண்டும்! வெளியூர் போகும்போது பூவின்றி போகக் கூடாது!

மணப் பெண்களின் தலையில் பூ வைத்து சடை தைப்பது, உச்சந்தலையில் பில்லை வைத்துப் பூ சுற்றுவது என்று ஒரு பூக்காடே மணந்து கொண்டிருக்கும்! முன்னால் நின்று எடுத்த புகைப்படத்தில் தலையின் பூ தெரியும்!

இப்படியாக, பெண்களின் தலையில் அமர்ந்த பூக்களின் சாம்ராஜ்யம் நார் கட்டிப் பறந்து கொண்டிருந்தது. பிறகு அவற்றின் வீழ்ச்சி எப்போது தொடங்கியது என்று சரியாய் சொல்லத் தெரியவில்லை. அதுவும் கடந்த பத்தாண்டுகளில் பூ வைப்பது அநாகரிகம் என்ற எண்ணம் வந்து விட்டது.

சென்னை வந்தபின் தோட்டமும் இல்லை... பூ வைக்கவில்லையா என்று கேட்க சுற்றி ஆட்களும் இல்லை. மெதுமெதுவாய் வெறும் பின்னல் பழகிப் போய் விட்டது. ஒருநாள் தோழியிடம் டிசம்பர் பூ, கனகாம்பரம் என்று பழைய நாட்களை ஆசையாய்ப் பேச... "என்னது! அதெல்லாம் தலையில வச்சுப்பியா?" என்று அதிர்ச்சி ஆனார்!

"என்னது! அதை எல்லாம் வச்சுக்கக் கூடாதா?" என்று நான் அதிர்ச்சி ஆனேன்!

நேற்று ஒரு திருமண வரவேற்புக்குப் போயிருந்தேன். நுழைவாயிலில் பலத்த பூ அலங்காரம்! விருந்தினர் சென்று புகைப்படம் எடுத்துக் கொள்ள வாகாய்ப் பூப் பந்தல்! நடக்கும் வழியின் இருபுறமும் பூக்கள்! மேடை ஏறியதும் பார்த்தால் மேடையின் ஓரங்களில் தரை எங்கும் பூக்கள்! எத்தனை விதங்கள்! எத்தனை நிறங்கள்!

பூக்கள் எங்கிருந்தாலும் கண்ணையும் கருத்தையும் கவரவே செய்கின்றன.

மணமக்கள் அருகே செல்ல வரிசையில் நின்றிருக்கும்போது பூக்களை ரசித்துக் கொண்டு நேரத்தைப் போக்க முடிகிறது.

சட்டென்று நினைவு வர கொஞ்சம் எட்டி மணமகளின் தலையைப் பார்த்தேன். விரித்து விட்டு அங்கங்கே சுருட்டி விடப்பட்ட பளபளப்பான கூந்தலில் ஒரே ஒரு பூ கூட இல்லை!

3.
படிக்கும் பழக்கம்

ஐம்பது ஆண்டுகளுக்கு முன்பு இப்போது போல் புத்தகத் திருவிழா எல்லாம் நடந்ததா என்று எனக்குத் தெரியவில்லை. வருடத்தில் ஒரு நாள் (அல்லது இரு நாட்களா?) பள்ளியில் வந்து புத்தகங்கள் விற்பார்கள். சோவியத் யூனியன் கதைகள் என்ற பெயரில் நல்ல கனமான அட்டை போன்ற பக்கங்களில் சிறுவர் கதைகள் இருக்கும். பலவண்ண ஓவியங்கள் கவர்ந்து இழுக்கும். ஒரு பக்கத்தில் முக்கால்வாசி ஓவியம் இருக்க கதை என்னவோ சில வரிகள்தான் இருக்கும். மொத்த புத்தகமே பத்திருபது பக்கங்கள்தான்.

நான் ஒன்றாம் வகுப்பு படிக்கும்போது அப்படி ஒரு புத்தகச் சந்தை உயர்நிலைப் பள்ளிக்கு வந்தது. என் அம்மா என்னை அழைத்துப் போய் உரிமையாளரிடம் சொன்னார்,

"நான் கிளாஸ் எடுக்கப் போறேன். என் மக இங்க இருக்கட்டும். அவளுக்குப் பிடிச்ச புத்தகத்தை எடுத்து வைங்க. நான் வந்து வாங்கிக்கறேன்."

அவர் "சரிங்கம்மா!" என்று சொல்லி அனுப்பி விட்டு என்னிடம் வந்தார். "பாப்பா! இதைப் பாரு. இந்தப் புக்கில் படம் எவ்ளோ அழகா இருக்கு! வேணுமா?"

நான் முறைப்பாய் "நானே பார்த்து எடுத்துக்குவேன்!" என்றேன்.

அம்மா வந்தார். நான் இரண்டு புத்தகங்களை எடுத்து அம்மாவிடம் கொடுத்தேன். உரிமையாளரும் அருகில் இருந்தார். அம்மா புரட்டி விட்டு "இதுவா நல்லா இருக்கு?" என்று கேட்டார். நான் "எல்லாம் படிச்சுட்டேன்! இதான் பிடிக்குது!" என்றேன்.

உரிமையாளர் அதிர்ந்து போய் "என்ன! படிச்சுட்டியா..? எல்லாத்தையுமா?" என்றார். நான் அம்மாவிடம் திரும்பி" மொத்தமே பதினாறு புக் தாம்மா இருக்கு இங்க..."என்று குற்றம் சாட்டினேன்.

"இதுல இந்தக் கதை நல்லா இருக்கு. அப்பா கிட்ட காட்டணும்" என்றேன். அம்மா இரண்டையும் வாங்கிக் கொண்டார். உரிமையாளர் "இவ்வளவு சின்னக் குழந்தை! படிக்குது! உனக்கு ஒரு பரிசு தரேன். உனக்குப் பிடிச்சதை எடுத்துக்கோ!" என்று சொல்ல நான் அம்மாவைப் பார்த்தேன். அவர் சம்மதிக்க ஒரு புத்தகம் எடுத்துக் கொண்டேன்.

அந்தப் புத்தகத்தில் ஒரு சோம்பேறி சிறுவன் எப்போதும் அடுப்புப் பரண் மீது ஏறி படுத்துக் கொள்வான்! எனக்கு அது விளங்கவே இல்லை! ரஷ்யாவில் பயங்கரமாய்க் குளிரும்... அதனால் உடம்புக்கு வெப்பம் வேண்டும்... அதனால் அடுப்பின் மீது படுக்கப் பரண் இருக்கும் என்று ஆளாளுக்கு விளக்கம் சொல்லிப் பார்த்தார்கள். ம்ஹூம்...! நான்கு வயதுப் பெண்ணுக்குப் புரிய வைக்க யாராலும் முடியவில்லை!

இந்தச் சம்பவம் மறந்தே விட்டது. ஆனால் அடி மனதில் எங்கோ ஒளிந்து கொண்டு இருந்திருக்கும் போல!

2005 ஆம் ஆண்டில் ஜெர்மனியில் ஒரு நாள்! டிசம்பர் மாதப் பனிப் பொழிவு! நானும் கணவரும் மளிகைக் கடை சென்று வருகிறோம். குளிர்கால ஆடைகள்! கண்களும் மூக்கும் மட்டும் வெளியே தெரிகின்றன! குளிரில் மூக்கு சிவந்து போய் நீர் கொட்டுகிறது! பனியில் அடி மேல் அடி வைத்து கால் வழுக்காமல் நடக்க வேண்டி இருக்கிறது. குளிர் ஒரு தீயைப் போல் முகத்தில் சுடுகிறது!

சரியாய் அந்த நேரம் எனக்கு அடுப்புப் பரண் கதை நினைவில் வந்து விட்டது! அப்படி ஒரு பரணில் ஏறி உட்கார்ந்து கொண்டால் தேவலாம் போலிருந்தது. ஆம்! கதை புரிந்து விட்டது!

சிறு வயதில் புரிகிறதோ இல்லையோ ... முடிந்தவரை அதிகம் படித்து விடவேண்டும் என்பார்கள். அது பசுமரத்தாணி போல் மனதில் பதிந்து விடும். நல்ல விஷயங்கள் மனதில் சேமிக்கப் பட்டால் பிறகொரு நாளில் உதவக் கூடும். என் பெற்றோர் ஏராளமாய்ப் புத்தகங்களைப் படிக்கக் கொடுத்தார்கள் எனக்கு.

நம்மால் அனைத்து விஷயங்களையும் சொல்லித் தந்து விட முடியாது. எனவே நானும் நல்ல புத்தகங்களை வாங்கி என் பிள்ளைகளைப் படிக்க வைத்துக் கொண்டே இருந்தேன். அதுதான் இன்று அவர்களின் பலம் என்பதை அவர்கள் உணர்கிறார்கள்.

குழந்தைகளுக்கு அறிவு வளர கொஞ்சம் மெனக்கெட வேண்டும். நல்ல அறிவே பெரும் சொத்து! அதற்குப் புத்தகங்களே துணை என்பது என் கருத்து. படிக்கப் பழக்குங்கள்!

படி படி என்று சொல்லுங்கள்! படிப்படியாய் ஏறி வாழ்வில் நல்ல நிலைக்குப் போய் விடுவார்கள்!

4.
சிரிப்பதா அழுவதா..!

என்னை ஒன்றாம் வகுப்பில் சேர்த்தவுடன் வந்த சுதந்திர தினத்தில் முதல் முறையாக மேடை ஏறிப் பேசி விட்டேன். பயம் எல்லாம் ஒன்றுமில்லை. சிறிய ஊர் என்பதாலும் அம்மா அதே வளாக உயர்நிலைப் பள்ளியில் தமிழ் ஆசிரியை என்பதாலும் சுற்றி எல்லோரும் எனக்குத் தெரிந்த முகங்கள். அம்மா எழுதிக் கொடுப்பதை உடனே மனப் பாடம் செய்து விடுவேன்.

என் அம்மா அப்போது நிறைய இலக்கிய மேடைகளில் பேசுவார். மலர் மாலைகளுக்கும் பொன்னாடைகளுக்கும் மத்தியில் காரின் பின்சீட்டில் அரைகுறை தூக்கத்துடன் வீடு வந்த ஞாபகங்கள் இன்னும் மனதில் இருக்கின்றன. (கூட்டம் ஏற்பாடு செய்பவர்கள் கார் கொண்டு வந்து அழைத்துப் போவார்கள் அப்போது!)

ஒரு நாள் என் கைத்தொழில் ஆசிரியர் என் கையில் சீட்டு எழுதிக் கொடுத்து "ஓடு! இதைப் போய் அம்மாவிடம் கொடு!" என்றார்.

நான் கொடுத்தவுடன் அம்மா கிளம்பி என் ஆசிரியரைப் பார்க்க வந்து விட்டார்.

"ஏன் சார்! எட்டாம் வகுப்பு வரை பிள்ளைகள் இருக்காங்க. உங்களுக்குப் பேச இந்த வாண்டுதான் கிடைச்சுதா?"

"பேசற பசங்க இருக்காங்க டீச்சர்! ஆனா நேரம் இல்ல. இன்னிக்கு மூணு மணிக்கு inspection செய்ய வர்றாங்க. டீச்சர்ஸ் மீட்டிங் இருக்கு. பசங்க யாராவது பேசினா நல்லா இருக்கும். நீங்க எழுதிக் கொடுத்துடுங்க. இப்பவே பெண்ணை அழைச்சுக்கிட்டுப் போய் சொல்லிக் கொடுங்க."

என் அம்மா என்னை அழைத்துப் போய் மதிய உணவு ஊட்டி பேச சொல்லிக் கொடுத்து அனுப்பி வைத்தார்.

நான் பேசுவதற்குப் போய் நின்றேன். அந்த நீண்ட கூடம் முழுவதும் எனக்குத் தெரியாத ஆசிரியர்கள்! மாணவர் யாருமே இல்லை.

எனக்கு அம்மா சொன்னது நினைவு வந்தது. “எதிரில் யார் இருந்தாலும் பரவாயில்ல. அவங்க யாருக்கும் அம்மா என்ன எழுதிக் கொடுத்தேன்னு தெரியாது. நீ பேசு. இடையில் மறந்துட்டா சும்மா நிக்காத! எது மனசுல வருதோ அதைப் பேசு. சத்தமா பேசு. எதுக்கும் பயப்படாதே!”

நான் பேசினேன். அம்மா எழுதிக் கொடுத்ததை தடுமாறாமல் பேசினேன். (ஆனால் எனக்கு அர்த்தம் தெரியாது!)

கடைசியில் அம்மா சொல்லிக் கொடுத்தபடியே மேடையில் இருந்தவர் பக்கம் திரும்பிப் பேசி விட்டு அம்மா சொன்னபடி லேசாய் என் தலையில் அடித்துக் கொண்டு பிறகு வணக்கம் சொல்லி விட்டு இறங்கி வந்தேன்.

கூடம் முழுக்க சிரிப்பால் அதிர்ந்தது. மேடையில் இருந்த விருந்தினர் அடக்க முடியாமல் சிரித்துக் கொண்டு இருந்தார். அவர் என் ஆசிரியரிடம் ஏதோ கேட்க என் ஆசிரியர் வந்து என்னை அப்படியே தூக்கிக் கொண்டு போய் மேடையில் விட்டார்.

மேடையில் இருந்தவர்கள் கேட்டதற்கு பதில் சொன்னேன். பிறகு கைதட்டல்களுக்கு நடுவே என்னை அழைத்துப் போய் வெளியே ஒருவரிடம் ஒப்படைத்து என் அம்மாவிடம் விட்டு விட்டார்.

சற்று நேரம் கழித்து என் ஆசிரியர் வந்து என் அம்மாவிடம் சொன்னார், “என்ன டீச்சர்! இப்படிப் பண்ணிட்டீங்க? ரொம்ப நல்லா இருந்தது. ஆனா என் காலை வாரிட்டீங்களே! எனக்கு சிரிக்கறதா அழறதான்னே தெரியல போங்க!”

இந்தக் கதை பின்பு அடிக்கடி பேசப்பட்டு பிறகு ஒரு நாள் எனக்குப் புரிந்து விட்டது!

நான் பேசியது, “வகுப்பில் பேசாதே! பேசாதே! என்று சொல்லும் ஆசிரியர்கள், (மேடைப் பக்கம் திரும்பி...) உங்களைப் போல் யாராவது வந்து விட்டால் மட்டும் பேசு பேசு என்று என் அம்மா உயிரையும் சேர்த்து எடுக்கிறார்கள்!” (லேசாய் தலையில் அடித்துக் கொள்ள வேண்டும்!)

நான் அதைக் கச்சிதமாய்ச் செய்து விட்டு வந்தேன்!

அதன் பிறகு ஆசிரியர் உஷாராகி என்னிடம் “என்ன பேசப் போற? என் கிட்ட பேசிக் காட்டு!” என்று சொல்லத் தொடங்கியது தனிக்கதை!

பாவம்! நான்கு வயதுப் பெண்ணுக்கு என்ன தெரியும்!

5.
காந்தி கதைகள் நூறு

இந்தப் பெயரோடு ஒரு புத்தகம் எங்கள் வீட்டில் இருந்தது. சிறிய அளவில் காவி நிற அட்டையோடு இருக்கும். காந்தியின் முகம் அட்டையில் இருக்கும். உள்ளே கருப்புக் கோடுகளால் வரையப்பட்ட ஓவியங்கள். நூறு சிறு சிறு கதைகள்.

நான் ஒன்றாம் வகுப்பு படிக்கும்போது அதைக் காட்டி கதை சொன்னார்கள். ஏதோ ஒரு விதத்தில் அது என்னை கவர்ந்து விட்டது.

பள்ளி செல்லும் நேரம் தவிர அனைத்து நேரமும் அதை சுமந்தே அலைவேன். எழுத்துக் கூட்டிப் படித்து விடுவேன், பொருள் தெரியாது. அப்பா, அம்மா யாராவது எனக்கு விளக்க வேண்டும்.

வேலை செய்து கொண்டு இருக்கும் அவர்கள் பின்னால் போய் புத்தகத்துடன் நின்று இருப்பேன். தொல்லை ஒன்றும் கொடுக்க மாட்டேன். (அப்படி நிற்பதே தொல்லைதான் என அம்மா அலுத்துக் கொள்வார்!)

நான் கேட்கும் கதையைத்தான் சொல்ல வேண்டும். நேரம் கடத்த அம்மா முதலில் என்னை தடுமாறாமல் படித்துக் காட்டச் சொல்வார். பிறகு அதை கதையாக சொல்வார்.

அப்பா சப்பாத்திக்கு மாவு பிசைய அமர்ந்தால் எனக்கு ரொம்ப சந்தோஷமாகி விடும்! அப்போது எப்படியும் மூன்று கதைகளைச் சொல்லி விடுவார்!

காந்தி தக்காளி அரிவது பற்றி ஒரு கதை உண்டு. காம்பில் கிருமிகள் இருப்பதால் அதைச் சுற்றி வெட்டி விட வேண்டும் என்று சொல்வார். தக்காளித்துண்டு அழகாக இருப்பதை விட நல்ல உணவாக இருப்பதே முக்கியம் என்று சொல்வார்.

காந்தி தக்காளி அரியும் ஓவியமும் இருக்கும்.

தினமும் நான் யார் காய் அரிந்தாலும், "காந்தி சொன்ன மாதிரி அரிஞ்சியா?" என்று கேட்பேன்.

"பொய் சொன்னா தப்பு. காந்தி சொன்னார். தெரியுமா?" என்று வகுப்பில் கேட்பேன்.

நானே படித்து கதை புரியும் அளவிற்கு வளர்ந்த பின்புதான் அந்தப் புத்தகத்தைக் கீழே வைத்தேன்.

இன்று வரை தக்காளியை அவர் சொன்னது போலத்தான் அரிகிறேன்!

6.
தாகம்

நான் படித்த ஆரம்பப் பள்ளியின் சுற்றுச் சுவரை ஒட்டி இரண்டு வீடுகள் இருக்கும். இடைவேளை நேரத்தில் ஒரு கூட்டமே அங்கு போய் கத்தும், "அக்கா! தண்ணி!"

அவர்கள் முகம் சுளிக்காமல் இரண்டு குடம் தண்ணீரை முகர்ந்து கொடுத்தபடி இருப்பார்கள்.

நானும் சிலசமயம் அங்கு தண்ணீர் வாங்கிக் குடித்து இருக்கிறேன். கொண்டு போன தண்ணீர் விரைவில் தீர்ந்து விடும்.

வீட்டில் இருக்கும் நாட்களில் அவ்வளவாய் தாகம் எடுக்காது. நான் தண்ணீர் குடத்தைப் பார்த்து யோசித்துக் கொண்டு இருப்பேன்.

"இப்போ ஏன் தண்ணி குடிக்கணும்னு தோணல? ஸ்கூல் போனால் மட்டும் ஏன் அப்படி ஒரு தாகம்?"

ஏன் எனில் பள்ளியில் அவ்வளவு ஆட்டம்!

அதே போல் பசி! எங்கள் ஊர் செஞ்சிக் கோட்டை தான் எங்கள் பொழுது போக்கு.

வீட்டில் இருந்து நடந்து போவோம். மூன்று கிலோ மீட்டர் தொலைவு இருக்கும். பிறகு ஒவ்வொரு இடமாய் அருகில் போய்ப் பார்த்து வருவதை சிரத்தையுடன் செய்வோம்!

பசியில் தலை சுற்றி விடும்!

பிறகு அம்மா தூக்கில் தூக்கி வந்த புளிசாதமும் தயிர் சாதமும் மிளகாய்ப் பொடியில் ஊறிய இட்லிகளும் வெகு வேகமாய் சாப்பிட்டு முடிக்கப்படும்!

அம்மா எப்போதும் சொல்வார், "இங்க வந்தா மட்டும் மூணு பங்கு சாப்பிடத் தெரியுது இல்ல! தினம் வீட்டில் மட்டும் எதுக்கு சாப்பிட மாட்டேன்னு அடம் பிடிக்கிற?"

அது சரிதான்! பசியும் தாகமும் எடுக்கும்போதுதானே சாப்பிட முடியும்? அதுவும் அப்போதுதான் சாப்பாட்டின் ருசியும் அருமையும் தெரியும்!

இதை எல்லோருமே அனுபவித்து உணர்ந்து இருப்போம் இல்லையா!

நம் வீட்டுக் குழந்தைகளை நாம் நிறைய நேரம் திட்டும் வார்த்தை எதுவென்று எண்ணிப் பார்த்தேன்!

"நாங்க எல்லாம் எப்படி கஷ்டப் பட்டு முன்னுக்கு வந்தோம்! உங்களுக்கு எல்லா வசதியும் செஞ்சு கொடுத்தாலும் அந்த அருமை தெரியவே இல்லை!"

ஆம்! அவர்கள் பிறந்ததில் இருந்தே வசதியான வாழ்வுக்குப் பழகி விட்டார்கள்.

அவர்கள் அந்த வாழ்விற்கு ஏங்கவில்லை! தானாய் கிடைத்து விட்டது. நாம் பார்த்துப் பார்த்து அவர்கள் கேட்கும் முன்பே அனைத்தையும் செய்து கொடுக்கிறோம்.

பிறகு அந்த வசதிகளை அவர்கள் கொண்டாட வேண்டும் என்று வேறு எதிர்பார்க்கிறோம்!

நாம் ஆவலுடன் தேடும் ஒரு பொருள் கிடைத்து விட்டால் எவ்வளவு மகிழ்ச்சி அடைகிறோம்!

ஆனால் தானாய் ஒரு பொருள் கிடைத்தால் போனால் போகிறது என்று ஏற்றுக் கொள்கிறோம்!

அதே மனநிலையில்தான் பிள்ளைகளும் இருக்கிறார்கள்.

நேர்மையான நல்ல நட்புகளைத் தேட சொல்லிக் கொடுங்கள்.

நல்ல புத்தகங்களை படிக்க வேண்டும் என்ற தாகத்தைச் சொல்லிக் கொடுங்கள்.

உறவுகளுடன் கூடி இருக்கும் தருணத்திற்குக் காத்திருக்கக் கற்றுக் கொடுங்கள்.

இத்தனைக்கும் காத்திருந்து, பிறகு அவை கிடைத்த பின்பு அவர்கள் அந்த சந்தோஷத்தை உணர்வார்கள்.

மகிழ்ச்சி என்பது எதில் இருக்கிறது?

ஏதோ ஒன்றை நாம் விரும்பி, அதை அடைய முயற்சிகள் செய்து அதன் பிறகு அதை அடையும் போது கிடைக்கும் உணர்வுதான் மகிழ்ச்சி என்று தோன்றுகிறது.

குழந்தைகளுக்குத் தாகத்தையும் பசியையும் தூண்டி விடுங்கள். அது நம் கடமை. பிறகு கிடைக்கும் நீரையும் உணவையும் ரசித்து அருந்தக் கற்றுக் கொடுங்கள். அது சந்தோஷம்!

வளரும்போது நல்ல வாழ்விற்கான ஒரு தாகத்துடன் பிள்ளைகளை வளர்த்து விடுவோம்!

பிறகு அவர்களுக்கான சந்தோஷத்தை அவர்கள் தேடிக் கண்டடையட்டும்!

எனவே.... தாகத்தைச் சொல்லிக் கொடுங்கள்!

7.
ஐஸ் வண்டி

நான் சிறுமியாய் இருக்கும்போது சாலையில் ஐஸ் வண்டி வரும். என்னுடன் விளையாடும் சிறுமிகள் எல்லாரும் அவரவர் வீட்டுக்குப் போய்க் காசு வாங்கி வந்து ஐஸ் வாங்கி சாப்பிடுவார்கள்.

என் வீட்டில் எனக்கு சளி பிடிக்கும் என்று சொல்லி வாங்கித் தர மாட்டார்கள்.

ஐஸ் வண்டியையும் பிறர் தின்கிற ஐஸையும் வேடிக்கை பார்த்துக் கொண்டிருப்பேன். எனக்கே என்னைப் பார்க்கப் பாவமாக இருக்கும்!

நன்கு யோசித்து ஒருநாள் ஐஸ் வண்டியின் பின்னால் போய் விடுவது என்று முடிவு செய்து விட்டேன் !

அப்பா, அம்மாவை விட்டுப் போக வேண்டும் என்று நினைத்ததும் அழுகையாய் வந்தது. ஆனால் நான் கேட்ட கதைகளில் வீட்டிலிருந்து காணாமல் போன பாப்பாவை காட்டு மிருகங்கள் பத்திரமாய் வீடு கொண்டு வந்து சேர்த்து விட்டன. எனவே நான் காலையில் போய் சாயங்காலம் வீடு வருவோம் என்று நினைத்துக் கொண்டேன்.

ரொம்பத் தீவிர யோசனையில் இருக்கும்போது அம்மா கேட்டார், "ஒரு கதை சொல்லு!"

இது எங்கள் வீட்டில் அடிக்கடி நடக்கும். பாட்டு பாடுதல், கதை சொல்லல், சுலோகம் ஒப்பித்தல் எல்லாம் சொல்லித் தருவார்கள்.

அன்று நான் "பாப்பா கதை சொல்லட்டுமா? "என்று கேட்டேன்." சரி சொல்லு!" என்றார்.

"ஒரு ஊர்ல ஒரு நல்ல பாப்பா இருந்துது. அதுக்கு யாருமே ஐஸ் வாங்கித் தரல!"

அம்மா உஷாராகி விட்டார் ! அது எனக்குத் தெரியவில்லை!

"அப்புறம்?"என்றார்.

"பாப்பா ஐஸ் வண்டி பின்னாடியே போயிடுச்சு!"

"அப்புறம்?"

"நிறைய ஐஸ் தின்னு சந்தோஷமா இருந்துச்சு!"

அம்மா சொன்னார், "போனவாரம் ஒரு பாப்பா இப்படித் தான் போச்சு."

நான் ஆர்வமாய், "அப்புறம்?"

"ஐஸ் வண்டிக்காரன் ஒரு ஐஸ் கூட கொடுக்கல!"

நான் சந்தேகமாய் கேட்டேன், "நிஜமாவா?"

"ஆமா! இந்த வெந்நீர் தவலை நிறைய சோறு போட்டு சாப்பிட வைப்பானாம்!"

(ஐயையோ!) நான் உடனே என் முடிவைக் கைவிட்டேன். நல்லவேளை! ஐஸ் வண்டி பின்னால் போகவில்லை!

இன்னொரு நல்லவேளை! நான் போக முடிவு செய்தது யாருக்கும் தெரியாது!

8.
ஆற்றில் ஒரு கால்...

இரண்டாம் வகுப்பு படித்துக் கொண்டிருந்தேன். ஒரு நாள் அம்மா பள்ளிக்கு விடுமுறை எடுத்துக் கொண்டார். காலை பள்ளிக்கு சில அக்காக்கள் துணையுடன் போகச் சொல்லி அனுப்பி விட்டார். மாலை சில தோழிகளுடன் பேசிக் கொண்டு கிளம்பினேன். பாதி தூரம் வந்திருப்பேன். பிள்ளையார் கோவில் தெருவிலிருந்து (அந்தத் தெருவை அப்படிச் சொல்லித்தான் பழக்கம்! அந்தத் தெருப்பெயர் என்ன?) ஆசாரித் தெரு திரும்பும் முனையில் பின்னாலிருந்து ஒரு சைக்கிள் வந்து மோதியது. முன்னால் குப்புற விழுந்தேன். முன்பல் உதட்டின் கீழே குத்தி வெளியே எட்டிப் பார்த்தது. கவுன் மீது விடாமல் இரத்தம் ஒழுகியது.

அக்கம் பக்கத்தினர் வந்து, என்னை வீட்டில் விட்டு, பிறகு டாக்டரிடம் போய் எல்லா அமளிகளும் ஒருவாறு முடிந்திருக்க நான் அம்மாவைப் பார்த்து புதுசாய் ஒரு அழுகையை ஆரம்பித்தேன்.

அப்பா பதறிப்போய் "ஏண்டா... திடீர்னு அழுவற?" என்றார்.

"என் புது கவுனு... ரத்தக் கறையாப் போச்சு. ஆனந்த விகடன் பார்த்து அம்மா தைக்கச் சொன்ன கவுன்..."

"போவட்டும் போ! அதே மாதிரி புதுசு தச்சிக்கலாம்... அழாத!"

ஜகரியா டாக்டர் "பேசினா ரத்தம் வரும். பேசாம இரு. ஒரு வாரம் ஸ்கூல் போகக்கூடாது. சமத்தா வீட்டுல இரு!"

"அய்யோ! நாளைக்கு பேச்சுப் போட்டி! நான் பேசணும். அம்மா! நீ சொல்லு..." நான் ஓவென்று அழத் தொடங்கினேன்!

டாக்டர் எவ்வளவு சொல்லியும் நான் கேட்பதாயில்லை. அம்மா தயங்கிக் கொண்டே,

"டாக்டர்! நாளைக்கு எல்லா ஸ்கூலும் கூடுது. இவ வேணாம்னு சொன்னா அழுவா. என்ன பண்ணலாம்... சொல்லுங்க..." என்றார். டாக்டர் அரை மனதாய் சம்மதித்தார்.

வீட்டுக்கு வந்ததும் அப்பாவும் அம்மாவும் மாறி மாறி புத்தி சொல்கிறார்கள். உதடு வலிக்கும்... ரத்தம் வரும்... ஒரு போட்டியில் கலந்து கொள்ளாவிட்டால் ஒன்றும் ஆகி விடாது. ம்ஹூம்...! நான் பேசுவேன் என்றே சொல்லிக் கொண்டிருக்கிறேன்!

"அப்படின்னா நாளைக்கு வலிக்குதுன்னு சொல்லக் கூடாது! சரியா?" நான் தலையை ஆட்டினேன்.

மறுநாள்! ரங்கநாதா திரையரங்கில் சாரிசாரியாய் மாணவர்களும் ஆசிரியர்களும் வெளியூரில் இருந்தெல்லாம் வந்து கூடுகிறார்கள். அரங்கம் நிறைந்த கூட்டம். வாயைக் கைக்குட்டையால் மூடியபடி பேசுகிறேன். உதடு அசையும்போதெல்லாம் வலி சுள்ளென்று உறைக்கிறது. கூடவே இரத்தம் துணியை நனைக்கிறது. ஆனாலும் விடாமல் பேசுகிறேன். கைத்தட்டல் சத்தம் அரங்கை நிறைக்கிறது.

மேடையின் பின்னிருந்த அப்பாவும் அம்மாவும் பேசி முடித்தவுடன் போகலாம் என்று அழைக்கிறார்கள். நான் மறுத்து விட்டு அமர்கிறேன்! பரிசு...?!

பரிசு அறிவித்து விட்டார்கள். எனக்கு முதல் பரிசு! பரிசை அளித்தவர் என் ஆசிரியரிடம் கேட்கிறார்... "இந்தப் பொண்ணு நல்லாத்தான் பேசுது! எதுக்கு வாயை மூடிக்கிட்டே இருக்கு?" விவரம் சொல்ல, குனிந்து என்னை அப்படியே தூக்கிக் கொண்டு போய் மைக்கில் நான் அடிபட்ட கதையை சொல்கிறார். எல்லோரும் விடாமல் கை தட்டுகிறார்கள்.

அவர் என்னை இறக்கி விட்டவுடன் என்னை ரிக்ஷாவில் ஏற்றிக் கொண்டு டாக்டரிடம் ஓடுகிறார்கள். எனக்கு லேசாய் மயக்கம் வருகிறது. ஆனாலும் பரிசை விடாமல் கையில் பிடித்திருக்கிறேன்!

"பிடிவாதம் உங்க பொண்ணு! ஆனா இந்த வயசுல என்ன ஒரு தைரியம்! சொன்ன மாதிரி பேசி பிரைஸ் வாங்கிடுச்சே!" என்ற டாக்டரிடம் "அதுவும் *first prize!*" என்று சிரிக்கும் அப்பாவின் கண்களில் இருந்து கண்ணீர் வழிந்து என் மேல் விழுகிறது! அம்மா விசும்பும் சத்தம் கேட்கிறது!

பிறகு என் உதட்டின் தழும்பு நினைவில் வரும்போதெல்லாம் என் பெற்றோரிடம் இந்தச் சம்பவத்தை சலிக்கச் சலிக்கக் கேட்டிருக்கிறேன்.

அப்பா சொல்வார்... "அத்தனை வலிக்கும் நீ அழவேயில்ல! பேச்சை பாதியில் நிறுத்தல! எங்க கிட்ட வலிக்குதுன்னு கூட சொல்லல. உன் நினைப்பு முழுக்க அந்தப் பிரைஸ்லயும் கைத்தட்டல்லயும் தான் இருந்துது. அதான் ஜெயிச்ச! அங்க போய் வலிக்குப் பயந்திருந்தா எல்லாம் கெட்டுப் போயிருக்கும்... ஆத்துல ஒரு கால்... சேத்துல ஒரு கால்னு திண்டாடாம ஒரே நெனப்பா நின்ன பாரு... அதான் எனக்குப் பிடிச்சது."

இந்தப் பேச்சை அதன் பிறகு பலமுறை வாழ்வில் நினைத்துக் கொள்கிறேன்... அப்பாவும் அம்மாவும் போய் விட்டாலும்.

பின்குறிப்பு : 1972 இல் ஆனந்த விகடனில் வந்த தொடர் கார்ட்டூன் அது. அஞ்சு பைசா அம்முவா? அல்லது வெயிட் வெங்கம்மா கூட வரும் சிறுமியா? தெரியவில்லை! அந்தச் சிறுமி அணிந்து வரும் கவுன் போலவே வேண்டும் என்று அம்மா அந்தப் பக்கத்தைக் கத்தரித்து வைத்திருந்தார்! அதை டெய்லர் பாபுவிடம் கொடுத்து அதே மாதிரி தைத்து எனக்குப் போட்டு விட்டார்! ஆரஞ்சும் வெள்ளையும் கலந்த உடை!

9.
புகைப் படங்கள்

எங்கள் பள்ளியே அன்று கொண்டாட்டமாய் இருந்தது. எங்கள் எல்லோருக்கும் தலை கால் புரியவில்லை. சும்மாவே இங்கும் அங்கும் ஓடிக்கொண்டு இருந்தோம். ஏன் என்றால்...

அன்று புகைப்படம் எடுக்கப் போகிறார்கள்!

அது 1973 ஆம் ஆண்டு! நான் மூன்றாம் வகுப்பு படித்துக் கொண்டு இருந்தேன்.

வீட்டில் இருப்பதிலேயே புதிய உடையை அணிந்துகொண்டு வந்தாயிற்று!

தலை நிறைய பூ! முகம் நிறைய பவுடர்! கண்ணுக்கு மை வைத்து அதை கண்ணோரம் லேசாய் குருவி வால் போல் ஒரு ஆசிரியை இழுத்து விட அலங்காரம் முடிந்தது!

என் அம்மா பக்கத்தில் உயர்நிலைப் பள்ளியில் இருந்து வந்தார். என் கையில் தன் கைக்கடிகாரத்தைக் கட்டி விட்டார். அப்புறம் சொன்னார்,

"பத்திரமா வச்சுக்கோ! போட்டோ எடுக்கும்போது கையை எடுத்து இப்படி அடுத்த கையில் வச்சுக்கோ! அப்போதான் போட்டோவில நல்லா தெரியும்."

நான் கடிகாரத்தைப் பார்த்துக் கொண்டே தலையை ஆட்டினேன்!

புகைப்பட நேரம் வந்தது.

என்னை மேலே இருந்த பெஞ்சில் ஏற்றி நிற்க வைத்து விட்டார்கள்.

நான் தலையைத் தொட்டுப் பார்த்தேன். இரட்டைப் பின்னல்களுக்கு இடையே பாலம் கட்டி இருந்த பூ தலைக்கு மேலே அரை ஒளி வட்டம் போல் இருந்தது!

அடுத்து வலது கையால் இடது கையை முழங்கை அருகே பிடித்துக் கொண்டு புகைப்படம் எடுப்பவரை முறைத்துக் கொண்டு நின்று இருந்தேன்.

(எப்போ எடுப்பாரோ? நாம ரெடியா இருப்போம்!)

என்ன சோதனை! எனக்கு முன் வரிசையில் நின்ற தலை என் கடிகாரத்தை மறைத்து விட்டது!

'அம்மா போட்டோ பார்த்து ஏன் வாட்ச் தெரியலன்னு கேட்டா..? என்ன பண்றது?'

நான் வலது கையைத் தூக்கி இடது தோள் அருகே பிடித்துக் கொண்டேன்! அப்பாடா! இப்போது கடிகாரம் நன்கு தெரியும்!

தினமும் கேட்டு நச்சரித்து ஒருவழியாய் புகைப்படம் வந்து விட்டது!

எல்லோரும் நான் கையைத் தூக்கி கடிகாரத்தைக் காட்டும் அழகைக்(?) கண்டு சிரித்து மகிழ... அய்யோ! மானம் போய் விட்டது!

ஊரில் இருந்து யார் வந்தாலும் பார்த்து என் திறமையை(?) சிலாகிக்க... விடுங்கள்!

என் நல்ல காலம்...! என் திருமணம் முடிந்தவுடன் ஒரு சுப தினத்தில் அந்த புகைப்படம் காணாமல் போய் விட்டது!

1986! எனக்கு அப்போது இருபது வயது. உறவினர் வீட்டுத் திருமணத்தில் அமர்ந்து சாப்பிட்டுக் கொண்டு இருந்தேன். என் இரண்டு பக்கமும் உறவு சிறுமிகள்.

எதிர் வரிசையில் இருந்து மின்னல் வெட்டியது! நிமிர்ந்து பார்த்தால் எதிரில் கேமரா வைத்துக் கொண்டு ஒரு இளைஞன் விடாமல் புகைப்படம் எடுக்கிறார்!

நான் என் அம்மாவிடம் சொல்லி... அடுத்த பத்து நிமிடங்களில் ஒரே களேபரம்!

பிறகு எல்லோரும் சமாதானம் செய்து, என் மாமா அந்த கேமராவுடன் போய் என் புகைப்படங்களை நெகடிவுடன் சேர்த்து எடுத்து வந்து என் அம்மா கையில் கொடுத்தார்!

1988! நான் ஆசிரியையாக இருந்த பள்ளியில் ஆண்டு விழா. என் மாணவனின் அம்மா, என் அம்மாவின் முன்னாள் மாணவி!

கேமரா எடுத்து வந்து அவர் குடும்பத்தோடு நான் நின்று ஒரு புகைப்படம் எடுத்துக்கொள்ள வேண்டும் என்று விரும்பினார்.

என் அம்மா ஒப்புக் கொள்ளவே இல்லை!

"வேண்டாம்மா! நிபுவுக்கு அடுத்த மாசம் கல்யாணம் வச்சுருக்கேன். போட்டோ எல்லாம் எடுக்க வேணாம்."

அவர் விடாமல் பேசி பிறகு என் அம்மா அரை மனதாய் சம்மதிக்க, நான் என் மாணவனுடன் மட்டும் (அவன் ஒன்றாம் வகுப்பு!) ஒரு புகைப்படம் எடுத்துக் கொண்டேன்!

இப்போது...? புதுப் புடவை கட்டினால் சட்டென்று ஒரு புகைப்படம்! அதையும் உடனே வாட்ஸ் ஆப்பில் போட்டால் தான் திருப்தி!

உடனே தோழிகள் பார்த்து புடவையைப் பற்றி விசாரிக்க பொழுது மகிழ்வாய்ப் போகிறது!

அந்தக் கால புகைப்படக் கதைகளைச் சொன்னால் இந்தத் தலைமுறை நம்புவார்களா...? தெரியவில்லை...!

இதைப் படிக்கும் எத்தனை பேர் நம்புவீர்களோ... அதுவும் தெரியவில்லை...!

10.
அடையாளங்கள்

என் சிறுவயதில் ஞாயிற்றுக் கிழமை வந்தாலே கடுப்பாய் இருக்கும்.

ஈரத்தலை முடியைக் காய வைக்க வாசலில் அமர வைத்து விடுவார்கள். வெய்யில் குறைவாய் இருந்தால் மாலை வரை காயாது.

சாம்பிராணி, தழைகளைப் போட்டு புகை என்று கொடுமையாய் இருக்கும்.

ஒரு வழியாய் மாலை ஒரு பைப் பின்னல் போட்டு அதனுள் அரைப்படி மல்லிகை மொக்குகளைப் போடுவதுடன் ஒரு முடிவு வரும்.

இப்படிப் பட்ட நாள் ஒன்றில் நான் வாசலில் அமர்ந்து நேரு தன் மகளுக்கு எழுதிய கடிதங்கள் நூலைப் படித்துக் கொண்டு இருந்தேன்.

சடாரென்று எனக்கு ஒரு எண்ணம் தோன்றியது!

உள்ளே ஓடினேன்.

"அம்மா! இந்திரா காந்தி இருக்காங்க இல்ல?"

"அவங்களுக்கு என்ன இப்போ?"

"அவங்களை மாதிரியே என் தலைமுடியை வெட்டி விட்டுடு!"

அம்மா அப்படியே சமையலை விட்டு விட்டு எழுந்து வந்தார்!

("கொட்டு விழுமோ! நாம அப்படி ஒண்ணும் தப்பா கேக்கலையே...!")

"என்ன ஆச்சு உனக்கு?" என்றார்.

"இல்ல... எனக்கு அவங்களைப் பிடிக்கும்!"

"சரி..அதுக்கு?"

"அப்புறம் இப்படி தலை குளிக்கிற அன்னிக்கு சளி பிடிக்குது இல்ல...முடியை வெட்டிட்டா ஜாலியா இருக்கும் இல்ல..."

"தோ பார்... ஒழுங்கா சொல்லு. உனக்கு இந்திரா காந்தி மாதிரி இருக்கணுமா? சளி பிடிக்காம இருக்கணுமா?"

நான் விழித்தேன். பத்தே வயதான எனக்கு பதில் சொல்லத் தெரியவில்லை.

பிறகு அம்மாவும் அப்பாவும் நாள் முழுவதும் கொஞ்சம் கொஞ்சமாக பேசிக்கொண்டு இருந்தார்கள்.

எனக்கு மெல்ல மெல்ல ஒன்று புரிந்தது.

தலைமுடியை வெட்டிக் கொள்வதால் நாம் இந்திரா காந்தி ஆகி விட முடியாது!

அப்புறம்... தலைமுடி நீளமாய் அடர்த்தியாய் இருப்பது பிடிக்கிறது என்றால் இந்தக் கஷ்டமும் பட்டுத்தான் ஆக வேண்டும்!

ஆம்... என் அடையாளம் வேறு... அது அவருடைய அடையாளம்!

திங்கள் கிழமை பள்ளி சென்றதும் தோழிகள் "என்ன இப்படி ஒரு வாசனை! எவ்வளவு பெரிய ஜடை உனக்கு!" என்று முகர்ந்து பார்க்கும்போது சந்தோஷமாய்த்தானே இருக்கிறது!

ஆமாம்...! அதைப் பராமரிக்க வேண்டும் தானே!

அதன் பிறகு யாரைப் போலவும் ஆக வேண்டும் என்ற எண்ணமே வரவில்லை எனக்கு.

நான் இப்படித்தான் இருப்பேன்... எனக்கு எது வசதியாய் இருக்கிறதோ ..எது எனக்குப் பிடித்து இருக்கிறதோ அதுவே என் அடையாளம் என்ற ஒரு புரிதல் வந்து விட்டது.

பிறகு கல்லூரியில் யார் கிண்டல் செய்தாலும் அதை ஒரு புன்னகையுடன் கடந்து செல்ல முடிந்தது!

பாரீஸ் லூவர் ம்யூசியத்தில் ஒரு நாள் புடவையும் ஒற்றைப் பின்னலுமாய் சுற்றி வந்த ஒரே பெண் நான்தான்!

இப்படி நான் என்ற அடையாளத்தைத் தொலைக்காமல் வாழ்வது சந்தோஷமாய்த்தான் இருக்கிறது!

நம் காலம் முடிந்த பிறகும் நம் அடையாளங்கள் பிறர் மனதில் நிலைத்து நிற்கும் அல்லவா!

11.
தட்டாமல் திறக்கும் கதவு

நான் ஐந்தாம் வகுப்பு படிக்கும்போது புகைப்படம் எடுக்கும் நாள் வந்தது. எல்லோருக்கும் தலைகால் புரியாத சந்தோஷம்! உணவு இடைவேளையில் வகுப்பினுள்ளே புனிதா டீச்சர் வந்தார்.

"வீட்டுக்குப் போயிட்டு உடனே வந்துடுவேன். யார் என் கூட வரீங்க?" என்றார். "ஓ"வென்ற கூச்சலுடன் நான்கைந்து பேர் கையைத் தூக்க நான் கையை இலேசாய் உயர்த்தி விட்டுப் பாதியில் சட்டென்று தாழ்த்திக் கொண்டேன். டீச்சர் பார்த்து விட்டார் போலும்.

"நிபு! வா... போவோம்!" என்றார்.

நான் தயங்கி எழுந்து நின்று,

"டீச்சர்! அம்மா வெளியே போனா திட்டுவாங்க..." என்றேன். டீச்சர் அருகில் வந்து என் தோளில் கை வைத்தார்.

"வா...வா! அம்மா கிட்ட நான் சொல்லிக்கிறேன்!" என்றார்.

கிட்டத்தட்ட குதித்துக் கொண்டு அவர் வீட்டுக்குப் போனேன். அதுவரை... ஏன் இதுவரை கூட நான் அந்த செட்டிப் பாளையம் பகுதிக்குப் போனதில்லை! தூண்கள் வைத்த அந்த வீடு இப்போது கூட மறக்கவில்லை! எத்தனை பெரிய சந்தோஷம் அது!

ஒன்றைக் கேட்டும் கொடுக்காதது அதர்மம்.

கேட்ட பின்பு கொடுப்பது மத்திமம்.

கேட்காமலே கொடுப்பது தர்மம்! என்று என் அப்பா சொல்வார். அது என்றென்றும் நிலைத்து நிற்கும் என்பார்.

கஷ்டப்பட்டு ஒரு பெரும் தர்மம் செய்து விட வேண்டும் என்று யாரும் மெனக்கெட வேண்டியது இல்லை. எவ்வளவு சிறியதாய்

இருந்தாலும் தேவை உள்ளவருக்கு தேவைப் பட்ட நேரத்தில் செய்யும் அனைத்தும் தர்மம்தான் ... அல்லவா?

இப்போது தர்மத்தின் பொருள் நிறைய மாறி வருவதாய்த் தோன்றுகிறது.

சில ஆண்டுகள் முன்பு ஒருநாள். அருகில் இருந்த தோழி வீட்டில் அவர் சமைக்க முடியாத நிலை. நான் சாப்பாடு கொண்டு போய் கொடுத்து விட்டு வந்து விட்டேன். பிள்ளைகள் பள்ளி போனதும் கிடைத்த நேரத்தில் உடனே போய் "சாப்பிட்டீங்களா?" என்று கேட்டேன். அவ்வளவுதான்... அவர் கண்ணில் கரகரவென்று கண்ணீர் வழிந்தது. நான் பயந்து விட்டேன்! அவரே கண்ணைத் துடைத்துக் கொண்டு சொன்னார்... "எனக்குக் கல்யாணமாகி பதினஞ்சு வருஷமாகுது நிபு. இதுவரைக்கும் என்னைப் பார்த்து இந்தக் கேள்வியை யாருமே கேட்டதில்ல. நீங்க கேட்டதும் அழுகை வந்துடுச்சு. உங்களை மறக்கவே மாட்டேன்!" என்றார்.

சாப்பாடு கொடுத்ததை விட "சாப்பிட்டீங்களா?" என்ற கேள்வியே இங்கு முக்கியம் என்று புரிந்து கொண்டேன்.

மனிதர்கள் ஏதேனும் ஒரு தருணத்திலாவது தாங்கள் கண்டு கொள்ளப் படவேண்டும் என்று விரும்புகிறார்கள். அதுவும் உடம்போ மனமோ பலவீனமாய் இருக்கும்போது ரொம்பவே எதிர் பார்க்கிறார்கள். அப்போது கேட்காமலே ஆறுதல் கிடைத்தால்... தான் ரொம்பக் கொடுத்து வைத்தவர்கள் என்று எண்ணித் திருப்திப் பட்டுக் கொள்கிறார்கள்.

"எனக்கு முடியல. யாராவது எனக்கு ரெஸ்ட் கொடுங்க..." என்று கேட்டும் கிடைக்காதவர்கள் என்ன பாவம் செய்தேனோ என்று நொந்து கொள்கிறார்கள்.

இதில் துரதிர்ஷ்டம் என்னவென்றால் உடம்பும் மனமும் திடமாய் இருக்கும் பெரும்பாலான மக்களுக்கு பலவீனமாய் இருப்பவர் மனம் புரிவதில்லை.

புரிந்து கொள்ள சற்றே முயற்சி செய்யலாம். ஏனெனில் பலம் என்பது எப்போது வேண்டுமானாலும் மாறி பலவீனம் வந்து விடலாம். அப்படி வரும் முன்பே பிறர் முகத்தில் கொஞ்சம் புன்னகை... ஆனந்தக் கண்ணீர் இவற்றை வரவழைத்துப் பார்க்கலாம்! இப்போது அதுவே தர்மம் என்று தோன்றுகிறது...!

12.
துக்கம்

என் அம்மாவுடன் பணியாற்றிய ஒரு இளம் ஆசிரியை இருந்தார். அவர் மட்டும் தனியாய் அறை எடுத்துத் தங்கி இருந்தார். மிக நளினமாய்த் தன்னை அலங்கரித்துக் கொள்வார்.

என் பெற்றோர் வெளியூர் செல்லும்போது என்னை அவரிடம் விட்டுச் செல்வார்கள். சிறு பெண் என்று பாராமல் என்னுடன் பேசுவார், பாடல்கள் பாடுவார், திரைப்படங்கள், அவர் குடும்பம் என எல்லாவற்றையும் பேசுவார்.

எனக்கு அவரை மிகவும் பிடிக்கும்.

சிலநாட்கள் அவர் பள்ளி வரவில்லை. அவர் அப்பா இறந்து விட்டார் என அம்மா சொன்னார்.

ஒருநாள் மதிய உணவு இடைவேளையில் என் ஆரம்பப் பள்ளியில் இருந்து அம்மாவிடம் வந்தேன்.

டீச்சர் வந்து விட்டார்! சக ஆசிரியைகள் சூழ்ந்து நின்று ஆளாளுக்கு பேசிக் கொண்டு இருக்க அழுத முகத்துடன் அமர்ந்து இருந்தார்.

எந்த அலங்காரமும் இல்லாமல் அழுது வீங்கிய முகத்தைப் பார்த்ததும் எனக்கு என்னவோ போலாகி விட்டது. சற்று நேரம் நின்று இருந்தேன். பின்பு மெல்ல அவர் அருகில் போனேன்.

“அவர் அடிச்சா அஞ்சு விரலும் பதிஞ்சு போகும்னு சொன்னீங்களே உங்கப்பா, அவரா செத்துட்டார்?”

டீச்சர் என்னை நிமிர்ந்து பார்த்தார். “அழாதீங்க டீச்சர்” என்றேன்.

உடனே சத்தமாய் வெடித்து அழுதார். நான் பயந்து விட்டேன். ஏதோ தப்பாய்ப் பேசி விட்டோம் என்ற பயத்தில் இலேசாய் நடுங்கி விட்டேன். மெல்ல பின்னால் நகர்ந்தேன்.

டீச்சர் அழுது கொண்டே எட்டி என் கையைப் பிடித்துக் கொண்டார். என்னைத் தன் அருகில் இழுத்து நிறுத்திக் கொண்டார்.

விசும்பிக் கொண்டே சொன்னார், "என் அப்பாவை இந்த ஊர்ல யாருக்கும் தெரியாது. நான் எப்பவோ சொன்னதை ஞாபகம் வச்சு இது கேட்டதும் எனக்குத் தாங்கவே முடியல."

கண்ணைத் துடைத்துக் கொண்டு, "கொஞ்சம் சந்தோஷமாக் கூட இருந்துது" என்றார்.

இன்று வரை துக்க வீடு சென்றால் நான் சம்பிரதாய வார்த்தைகள் பேசுவது இல்லை. போலியாய் அழுவது இல்லை. வாய்ப்பு கிடைத்தால் இறந்தவருடனான என் நினைவுகளை இருப்பவருடன் பகிர்ந்து கொள்வேன். இல்லை எனில் அமைதியாய் நின்று விட்டு வந்து விடுகிறேன்.

உண்மையாய், ஆறுதல் சொல்ல பல நேரங்களில் சொற்களே தேவை இல்லை!

13.

தேர்ந்தெடுத்தல்

1975ஆம் வருடம் ரெடிமேட் ஆடைகள் இல்லாத காலம். ஒரு மாதம் முன்பே துணி வாங்கித் தைக்க வேண்டும். நான் ஐந்தாம் வகுப்பு படித்துக் கொண்டு இருந்தேன்.

அப்பாவும் நானும் கடைக்குப் போனோம். அப்பா என்னிடம் சொன்னார், "இந்தத் தடவை உனக்கு என்ன வேணுமோ அதை நீயே வாங்கு. நான் இங்கேயே இருக்கேன்", என்று கல்லாவின் அருகில் பேச அமர்ந்து விட்டார்.

கடைக்காரர் "வா பாப்பா! உட்காரு. என்ன வேணும்? பாவாடை சட்டையா? கவுனா?" என்றார்.

நான் அப்பாவைப் பார்த்தேன். அவர் என் பக்கம் திரும்பவே இல்லை. நான் யோசித்து "கவுன்" என்றேன். பிறகு அவர் காட்டிய துணிகளில் இருந்து பச்சை நிறத்தில் புள்ளி போட்ட துணியை எடுத்தேன். துணியை வெட்டும் முன் கடைக்காரர் அப்பாவைக் கூப்பிட்டார்.

அப்பா என்னிடம் வந்தார். "இங்க பார், நல்லா யோசிச்சு எடு. அப்புறம் பிடிக்கலேன்னா மாத்த முடியாது. இன்னும் கூட கொஞ்ச நேரம் ஆகட்டும். பரவாயில்லை. ஆனா பிடிச்சதா எடு. மேல வச்சு கண்ணாடியில் பார். வெளியே போய் வெளிச்சத்தில் பார். அப்புறம் எடு" என்றார்.

நான் அவர் சொன்னதை எல்லாம் செய்து அதே பச்சைத் துணியை எடுத்தேன்! அதை வாங்கி என் விருப்பப் படியே டெய்லரிடம் தைக்க கொடுத்தோம். அது தைத்து வந்ததும் எனக்கு அவ்வளவு சந்தோஷம்!

பின் வந்த நாட்களில் தான் எனக்குப் புரிந்தது, அப்பா, கன்னையா ஜவுளிக் கடையில் கற்றுத் தந்தது வெறும் கவுன் எடுக்க மட்டும் அல்ல என்று!

14.
தலைகீழ் கொண்டாட்டம்!

ஆறாம் வகுப்புக்கு மகளிர் உயர்நிலைப் பள்ளியில் சேர்ந்தேன். முதல்நாளில் இருந்தே வரும் ஆசிரியைகள் எல்லோரும் ஒரு மாணவியைப் பெயர் சொல்லி அழைத்துப் பேசினார்கள்.

"எல்லாரையும் விளையாடக் கூட்டிப் போ!"

"எல்லார் நோட்டையும் வாங்கி வை!"

"சத்தம் போடாம பாத்துக்கோ!"

அந்தப் பெண்ணும் எல்லா ஆசிரியர்களிடமும் சகஜமாய்ப் பேசுவதை ஆச்சரியமாய்ப் பார்த்துக் கொண்டிருந்தேன்! ஒரு வாரம் ஆன பிறகு மெதுவாய் கேட்டேன்...

"உங்கம்மா டீச்சரா?"

"இல்லப்பா! ஏன் கேட்கிற?"

"எப்பிடி... எல்லா டீச்சரும் உங்கிட்ட நல்லா பேசறாங்க?"

"அதுவா? நான் ஃபெயில் ஆயிட்டேன் இல்ல? போன வருஷம் இதே கிளாஸ் தான். அதான் எல்லாரையும் தெரியுது."

எனக்கு ஒரே அதிர்ச்சி! மாலை வீடு வந்ததும் இதையே பேசிக் கொண்டிருந்தேன்.

"படிக்காத பொண்ணை யாருக்கும் பிடிக்காதுன்னு சொல்வியே... பாரு! அதெல்லாம் இல்ல..."

"அதுக்கென்ன? இப்போ நீயும் படிக்காம ஃபெயில் ஆவப் போறியா?" என்று ஒரே திட்டு! அடப்பாவமே! ஒரு சின்னப் பெண்ணின் கேள்வியைப் புரிந்து கொண்டு பதில் சொல்ல ஆள் இல்லை பாருங்கள்!

அதன் பின்பு பல ஆசிரியைகள் பேசியதில் இருந்து மெதுவாய்ப் புரிந்து கொண்டேன்.

மாணவர்கள் நன்றாகப் படிக்க வேண்டும் என்பது ஆசிரியரின் குறிக்கோள். எனவே நன்கு படிப்பவரை உயர்த்திப் பேசிக்

கொண்டாடி, தானும் நன்றாகப் படித்து உயர்நிலையை அடைய வேண்டும் என்ற ஆசையை உண்டாக்குவார்கள். ஒரு விதத்தில் அது பயன் தரும் உளவியல் தான்.

அதே நேரம் தோற்றுப் போனவர்களை விட்டு விட மாட்டார்கள். "போனால் போகுது போ! அடுத்த வருஷம் பாஸ் பண்ணிடுவ…" என்று தட்டிக் கொடுத்துப் படிக்க வைப்பார்கள்.

பெரும்பாலும் வாழ்வில் வெற்றி பெற்றவர்களைப் பற்றியே பேசுவார்கள். கேட்கும் மாணவர்களின் மனம் வெற்றி பெறுவதில் குவிந்து இருந்தது. தோற்று விட்டாலும் சில நேரம் வீட்டில் அடி கிடைக்கும். மறுநாள் சகஜமாகி விடும்.

ஆனால் இப்போது பாருங்கள். மாணவப் பருவம் அதீத மன அழுத்தத்தில் இருக்கிறது. ஒரு புறம் நூறு சதவீதம் நோக்கிப் பேயாய் ஓட வைக்கிறார்கள். இன்னொரு உலகம் படிப்பு எதற்கு என்று கேட்கிறார்கள். பள்ளிப் படிப்பு முடிக்காத மாமேதைகள் என்று ஒரு பட்டியல் இடுகிறார்கள். அவர்கள் சொல்வதை முழுக்கக் கேட்டால் "ஐயோ! படித்துப் பெரும் பாவம் செய்து விட்டோம் போலிருக்கிறதே!" என்று ஒரு குற்ற உணர்வே வந்து விடும்!

பள்ளிப் படிப்பு முடிக்காத எத்தனை பேர் வாழ்வில் வென்று இருக்கிறார்கள்? எத்தனை சதவீதம்? வென்றவர்களின் பின்புலம் என்ன? அவர்களைத் தாங்கும் குடும்பத்தின் பொருளாதார நிலை என்ன?

இப்படி எத்தனையோ காரணங்கள் உண்டு.

இதை எல்லாம் கவனத்தில் கொள்ளாமல் "படிக்கா விட்டால் பரவாயில்லை. நாம் அவர்களைத்தான் கொண்டாட வேண்டும்!" என்று பலர் பேசுவதைக் கேட்க… கொஞ்சம் பயமாகத்தான் இருக்கிறது! "படிப்பதே தப்பு!" என்று வேறு அங்கங்கு சிலர் கருத்து சொல்கிறார்கள்!

படிக்காமல் போகும் எல்லோரும் விளையாட்டு வீரனாகவோ நடிகனாகவோ புகழ் பெற்று விட முடியாது. அப்படி அமைவது கோடிகளில் ஒன்று என்பதை நாம் சரியாகச் சொல்லித் தருகிறோமா?

எதையாவது அதிரடியாய்ப் பேசினால் ஊடக வெளிச்சம் கிடைக்கும் என்பதற்காக இளம் தலைமுறைக்குத் தவறான வழியைக் காட்டி விடக் கூடாது அல்லவா?

தோற்று விட்டால் அவர்களை வெறுக்க வேண்டாம். அதே நேரம் தோற்பதே சிறப்பு என்று நினைக்கும் அளவிற்குக் கொண்டாடி விடவும் வேண்டாம்.

15.
சீட்டிப் பாவாடை

இந்தச் சொல்லுக்குப் பொருள் என்னவென்று இந்தத் தலைமுறைக்குத் தெரியாது!

கெட்டியான பருத்தித் துணி அது. விதவிதமான வண்ணங்களில் அழகழகான வடிவங்கள் நிறைந்தது.

பாவாடை, கவுன் போன்ற ஆடைகள் தைக்கவே கண்டு பிடித்த துணி போல இருக்கும்.

(அப்போது பாவாடை தானே சிறுமிகளின் ஒரே ஆடை!)

இலேசில் நிறம் மங்காது... கிழியாது.

தாவணிக்குப் பல துணிகள் உண்டு. புடவையைப் பாதியாய்க் கிழித்தால் தாவணி! பிறகு 1980 வாக்கில் அமெரிக்கன் ஜார்ஜெட் என்று தாவணிக்கென்றே ஒரு வகை அறிமுகம் ஆனது.

ஆனாலும் பாவாடை என்னவோ அதே சீட்டித் துணிதான்.

பட்டுப் பாவாடை என்பது பள்ளியில் ஓரிருவர் உடுத்தி வந்த வகை. அவர்களும் என்றோ ஒருநாள்தான் அதை உடுத்துவார்கள். மற்ற நாட்களில் சீட்டிப் பாவாடை தான்.

பிறகு பாலியெஸ்டர் பாவாடை மெல்லப் பரவியது. அப்போது நான் கல்லூரி சென்று விட்டேன்.

+2 படிக்கும்போது ஒரு தூரத்து உறவினர் பெண்ணைச் சந்திக்க நேர்ந்தது. அவள் பேசிய நேரத்தில் பாதி நேரம் என்னிடம் ஒரே கேள்வியைக் கேட்டுக் கொண்டு இருந்தாள்.

"உன் கிட்ட எல்லாமே சீட்டிப் பாவாடை தானா? ஒரு பாலியெஸ்டர் பாவாடை கூடவா இல்ல..?"

நான் அம்மாவிடம் வந்து சொன்னேன். அதுவரை உடையில் உயர்வு தாழ்வு இருப்பதாய் நான் அறியக் கூட இல்லை!

நன்கு படிப்பதும் நம் திறமைகளை வளர்த்துக் கொள்வதுமே நமக்கான தகுதியைத் தீர்மானம் செய்யும் என்றுதான் நினைத்து இருந்தேன்.

அம்மா "சரி...விடு..நம்ம ஊர்ல கிடைக்காது. அடுத்த தடவ மெட்ராஸ் போறப்ப உனக்குப் பாலியஸ்டர் பாவாடை வாங்கித் தரேன்..." என்றார்.

நான் வேண்டாம் என்று மறுத்து விட்டேன்.

'அது என்ன...! அவள் சொல்லி நாம வாங்கறது!' என்று ஒரு வீம்பு!

பிறகு அடுத்த வருடம் உறவினர் அண்ணா திருமணத்திற்கு அமெரிக்கன் ஜார்ஜெட் பாவாடை தாவணி கிடைத்தது.

அதன் பிறகு பாவாடை எடுக்க வேண்டும் என்று தோன்றிய ஒரு நாளில் சென்னை வண்ணாரப்பேட்டையில் ஒரு பாலியெஸ்டர் பாவாடை எடுத்தேன்.

வழவழவென்ற துணி பாவாடைக்குச் சரிப்பட்டு வரவில்லை என்றே தோன்றியது.

பார்க்க என்னவோ பளபளவென்று கண்ணைக் கவரும் விதமாய்த்தான் இருந்தது.

பார்த்தவர் எல்லாம் பாராட்டும் அழகில் இருந்தது.

ஆனாலும் அது ஏதோ ஒரு சுமை போலத்தான் எனக்கு இருந்தது. கனமான ஒரு நகை போல... எப்போது இதைக் கழற்றி வைப்போம் என்பது போல இருக்கும்.

ஆனால் மனதுக்கு நெருக்கமான உடை என்றால் அது எப்போதும் எனக்கு சீட்டிப் பாவாடைதான்.

சமீபத்தில் இரவு உடை (நைட்டி..!) வாங்கப் போனபோது ஒரு சந்தோஷ அதிர்ச்சி!

சீட்டித் துணியில் அருமையான உடைகள்! இரண்டு எடுக்கலாம் என்று போனவள் நான்கைத் தூக்கிக் கொண்டு வந்தேன்!

அவற்றை உடுத்திக் கொள்ளும் போது மனதின் ஓரத்தில் சிறு ஏக்கம்...!

"அடடா! நாம தாவணி கட்டும் போதுல்லாம் இந்தக் கலர்ல... இந்த டிசைன்ல பாவாடை கிடைக்கலியே..!"

16.
பாட்டி வீடு

எனக்கு அப்போது பத்து வயது இருக்கும். எங்கள் எதிர் வீட்டில் ஒரு குடும்பம் வாடகைக்கு வந்தார்கள்.

தாத்தா, பாட்டி, ஆறு வயது பேத்தி. எனக்கு அப்போது அது நம்ப முடியாத ஒன்றாய் இருந்தது!

"அது எப்படி..! அப்பா அம்மா வேணும்னு கேக்காம அந்தப் பொண்ணு சமத்தாட்டம் இருக்கு..!"

அந்தப் பாட்டி எப்போதும் சுறுசுறுப்பாய் இருப்பார். அடிக்கடி பேத்தியை அழைத்துக் கொண்டு சினிமா பார்க்கப் போய் விடுவார்! அதுவும் வடை சுட்டு எடுத்துக் கொண்டு..!

அதன் பிறகே நான் பள்ளியில் சற்று ஊன்றிக் கவனித்ததில் நிறைய பேர் பாட்டி வீட்டில் தங்கிப் படித்தது தெரிந்தது.

ஏழாம் வகுப்பு வந்தபோது நான் அவர்களிடம் பேசி காரணத்தைத் தெரிந்து கொள்ளும் அளவுக்கு வந்து விட்டேன்!

(ஊர் வம்பு...!)

சிலருடைய பெற்றோர் வேலை மாறுதல் நிமித்தம் பாட்டி வீட்டில் இருந்தனர். சிலர் பிறந்ததில் இருந்தே பாட்டி வீட்டில் தான்!

சிலருக்கு அடுத்து பிறந்த உடன் பிறப்பு காரணமாய் இருந்தது.

ஆனால் எல்லோருக்கும் ஒரு விஷயத்தில் ஒற்றுமை இருந்தது.

பாட்டி வீட்டில் பெரும்பாலும் அவர்களை யாரும் எதற்காகவும் கண்டிக்க மாட்டார்கள். எனவே இந்த மாணவிகளும் படிப்பு விஷயத்தில் ஏனோ தானோவென்றுதான் இருந்தார்கள்.

மாணவிகளுக்குள் சண்டை வந்தால் அவர்கள் பக்கமிருந்து ஒரு மாணவி கட்டாயம் ஒரு வசனம் சொல்லுவாள்...

"ஏய்...! விடுங்கப்பா..! அவளே பாட்டி வீட்டுல இருந்து படிக்க வரா...!"

உடனே எதிர் அணி சண்டையை நிறுத்தி விடும்!

பெரும்பாலும் பாட்டியை அவர்கள் அம்மா என்றே அழைப்பார்கள்.

இப்போது யோசித்தாலும் ஆச்சரியமாய் இருக்கிறது எனக்கு!

எப்படி அவர்கள் அம்மாவை விட்டு விட்டு இருந்தார்கள் என்று.

இப்போது பாட்டி வீட்டில் இருந்து பள்ளி போகும் குழந்தைகள் குறைந்து விட்டார்கள் என்றே நினைக்கிறேன்.

இப்போது காப்பகம் போன்ற வசதிகள் பெருகி விட்டதும் காரணமாய் இருக்கலாம்.

எப்போது குழந்தை பெற்றுக் கொள்வது என்று முடிவெடுக்கத் தெரிந்த பெற்றோரும் காரணமாய் இருக்கலாம்.

குழந்தை வளர்ப்பு என்பது பெரும் பொறுப்பு. அதைத் தாங்களே ஏற்றுக்கொள்ள வேண்டும் என்ற புரிதலும் காரணம் ஆகலாம்.

அந்தக் காலப் 'பாட்டி வீட்டுக் குழந்தைகள்' முகத்தில் ஒரு வெறுமை தெரிந்தது எனக்கு மட்டும் தானா?

அல்லது உங்களுக்குமா...?

17.
குறை நல்லது...!

எல்லாம் நல்லபடியாகத்தான் போய்க் கொண்டிருந்தது. ஏழாம் வகுப்பு போன பிறகுதான் அந்த உண்மை தெரிந்தது. கோடு போடாமல் வெறும் வெள்ளைத் தாளில் தேர்வு எழுதிய பிறகு...!

"என் கையெழுத்து ரொம்பக் கேவலமா இருக்கு!"

ஆசிரியை "என்ன நிபு... நல்லாப் படிக்கிறன்னு பார்த்தா இப்படி எழுதி வச்சிருக்க? நேர்க் கோட்டில் எழுதச் சொன்னா கோணக் கோட்டுல எழுதற!" என்றார். இதெல்லாம் ரொம்பக் கம்மி! என் தாளைப் பார்த்ததும் என் அம்மா திட்டிய திட்டுகளை எல்லாம் எழுதவே முடியாது!

"கோழி கால்ல பேனா கட்டினா இப்படித்தான் எழுதும்!" என்று தொடங்கி, விடாமல் அர்ச்சனை நடக்கும்.

நான் என் விடைத் தாளுடன் நிறைய நேரம் உட்கார்ந்து இருப்பேன். அதை உற்றுப் பார்த்து என்ன செய்யலாம் என்று யோசனை செய்வேன். அம்மா உள்ளிருந்து வந்து,

"பார்த்தா போதுமா? எழுதிப் பார்த்தா தானே கையெழுத்து திருந்தும்? சோம்பேறி!" என்பார்.

எனக்கு ஆச்சரியமாய் இருக்கும்! முதல் வரியில் எழுதிய "க"வும் அடுத்தடுத்து வரும் "க"க்களும் வெவ்வேறு அளவுகளில் இருக்கும்! மிகுந்த முயற்சி செய்து எல்லா எழுத்துகளும் ஒரே அளவில் இருக்கும்படி பார்த்துக் கொண்டேன். இதற்கே எட்டாம் வகுப்பு முடிந்து போய் விட்டது!

அடுத்து ஒன்பதாம் வகுப்பு! எண்ணெய்க்குத் தப்பி நெருப்பில் விழுந்த கதையாய் என் தமிழ் ஆசிரியை என் அம்மாவே! அடுத்து பல சிறப்பான தருணங்கள் வந்தன! என் கையெழுத்து மோசம் என்பது

வகுப்பறை தாண்டி வளாகத்தின் வெளியே கடை வைத்திருக்கும் அனைவருக்கும் தெரிந்திருக்கும்! அப்படி திட்டு வாங்குவேன்.

பத்தாம் வகுப்பு வந்த பிறகு கொஞ்சம் திருந்தி விட்டேன். எழுத்து ஒரே அளவில் இருக்கும். கிட்டத்தட்ட நேராக எழுதத் தொடங்கி விட்டேன். ரொம்ப அழகாக இல்லா விட்டாலும் சுமாராய் இருக்கும். தெளிவாய் எழுதுவேன். ஆனாலும் திட்டு என்னவோ நிற்கவே இல்லை. மற்ற பாடங்கள் அனைத்திலும் முதல் மதிப்பெண் எடுத்து விடுவேன். தமிழில் மட்டும் கையெழுத்து மோசம் என்று எழுதி என் மதிப்பெண்ணைக் குறைத்து விடுவார் அம்மா.

ஒரு கட்டத்தில் ஒரு ஜென் மனநிலைக்கு வந்து விட்டேன். தமிழில் எனக்கு எப்போதும் முதல் மதிப்பெண் கிடைக்கப் போவதில்லை. போனால் போகட்டும் போ!

இந்த நிம்மதிக்கு ஒரு வேட்டு வைத்தார்கள்! மாணவர் மன்றத் தேர்வு வருகிறது! தமிழ்த் தேர்வு மட்டும் வைத்து முதல் மதிப்பெண் வாங்கும் மாணவிக்குப் பரிசு கொடுப்பார்கள். என் அம்மாவுக்கு அது பெரும் கௌரவப் பிரச்னை ஆகி விட்டது!

“என்னது! என் பொண்ணு அதை வாங்காம விடறதா?”

தினம் வீட்டில் அம்மாவின் திட்டும் புலம்பலும் தான்!

“அப்பா! எதுக்கு அம்மாவ தமிழ் டீச்சர் ஆக்கின? இங்கிலீஷ் படிக்க வச்சிருக்கலாம் இல்ல?” ஒப்பீட்டளவில் என் ஆங்கிலக் கையெழுத்து கொஞ்சம் அழகாகவே இருக்கும்!

அம்மா மட்டுமில்லை. பொதுவாகவே அழகான கையெழுத்தைத் திருத்துபவர்கள் குறை இருந்தாலும் கண்டு கொள்ள மாட்டார்கள். முழு மதிப்பெண் கிடைத்து விடும். என் போன்ற சுமாரான கையெழுத்துக்கு கட்டுரையின் முழு மதிப்பெண் கிடைக்காது. அப்போது நிலைமை இதுதான்.

என் பலவீனம் கையெழுத்து. பலம் எதுவென்று யோசித்தேன். அதே கட்டுரை தான்! எல்லோரும் எடுக்கும் தலைப்பை நான் எடுக்க மாட்டேன். யாரும் தொடாத தலைப்பில் வித்தை காட்டி விடுவது என்று முடிவு செய்தேன். அதே போல் எடுத்ததும் முதல் விடையாய் கட்டுரை எழுதினேன். முதலில் அதைப் படித்து விட்டு திருத்தினால் என் மீது “நல்லாப் படிக்கிற பெண்!” என்று ஒரு நல்ல எண்ணம் வரும்! பிறகு மதிப்பெண்ணைக் குறைக்க மனம் வராது! என்று எனக்கொரு எண்ணம்!

தேர்வு முடிவு வரும்வரை தினம் என் அம்மா திட்டிக் கொண்டுதான் இருப்பார்! நான் வீட்டின் உள்ளேயே போக மாட்டேன். வாசல் வராந்தாவில் அப்பாவின் அருகிலேயே இருப்பேன். அப்பா சாய்வு நாற்காலியில் சாய்ந்து ஏதேனும் படித்துக் கொண்டிருப்பார். அல்லது மொழி பெயர்த்துக் கொண்டிருப்பார். நான் ரகசியக் குரலில் "அப்பா! அடுத்த ஜென்மத்திலயாவது ஒரு நல்ல அம்மாவக் கட்டிக்கோ! இதே அம்மாவக் கட்டி என் உசிர வாங்காத!" என்பேன்!

"அடுத்த ஜென்மத்தில் கல்யாணமே வேணாம்! நேரா சாமியார்தான்!" நாங்கள் இருவரும் அம்மா காதில் விழாமல் சிரிப்போம்!

ஒருவழியாய்த் தேர்வு முடிவு வந்தது. நான் 83 மதிப்பெண்கள் வாங்கி முதலிடம் பிடித்து விட்டேன்! அப்பாடா! எனக்கு முதலில் தோன்றிய எண்ணம் என் அம்மாவிடம் இருந்து தப்பித்து விட்டேன் என்பதுதான்!

மற்ற ஆசிரியைகள் சொல்வார்கள்... "நிபுவைப் பார்! எவ்வளவு நல்லாப் படிக்கிறா! கொஞ்சம் கூடத் தலைக் கனமே இல்ல. நல்ல பொண்ணு!"

அதுசரி! பள்ளிக் காலம் முழுக்க "நான் ரொம்ப சுமாரா எழுதற... கையெழுத்து நல்லா இல்லாத ஒரு பாவமான பொண்ணு!" என்றல்லவா என் மண்டைக்குள் ஏற்றி வைத்திருந்தார்கள்! இதில் தலைக்கனம் எங்கே இருந்து வரும்...?!

நான் என் குறையை இட்டு நிரப்பவே அதிகம் படித்தேன் என்று இப்போது நினைத்துக் கொள்கிறேன்.

18.
பெருங்காடு

நான் ஆறாம் வகுப்பு படித்துக் கொண்டு இருந்தேன். அப்போது செடிப் பித்து தலைக்கு ஏறி இருந்தது.

பலவிதப் பூக்கள் மட்டும் அல்ல! விதவிதமான இலைகளையும் சேகரித்து காயவைத்து ஒரு பழைய புத்தகத்தின் பக்கங்களில் வைத்து இருப்பேன்!

செடிகளை விற்பனைக்கு வைக்காத காலம் அது.

தெரிந்த வீடுகளில் இருக்கும் செடிகளைப் பதியன் போட்டோ அல்லது விதைகள் கேட்டு வாங்கியோ தான் வளர்க்க வேண்டும்.

எனக்கு ஒரு தோழி கனகாம்பரம் செடி கொடுத்தாள். ஆவலுடன் வாங்கி வந்து அதை நட்டு நீர் ஊற்றி வந்தேன். அதற்கு தனியாக குப்பை உரம் வேறு!

அது மெல்ல வாடிக் கொண்டே வந்து நான்காம் நாள் காலை காய்ந்தே விட்டது.

அன்று ஞாயிற்றுக்கிழமை! நான் காலை உணவு சாப்பிட மாட்டேன் என்று சொல்லி விட்டேன்!

அம்மா வேறு செடி எங்கு இருந்தாலும் வாங்கித் தருவதாக சொன்னார்.

"அப்போ இந்தச் செடி செத்துப் போகலாமா?" என்று கோபத்துடன் கேட்டேன்.

அப்பா என்னை சமாதானம் செய்து சாப்பிட வைத்து மலைக்கோவிலுக்கு (திருநாதர் குன்று!) அழைத்துப் போனார்.

அங்கு பிரண்டைச் செடிகள் நன்கு வளர்ந்து இருக்கும். மணம் வீசும் வெள்ளைப் பூக்கள் மலிந்து கிடக்கும்.

அதன் பெயர் காட்டு மல்லி! அது நிஜப் பெயரா அல்லது என் தொல்லை தாங்க முடியாமல் என் வீட்டார் வைத்த பெயரா என்று இதுவரை எனக்குத் தெரியாது!

அப்பா கேட்டார், "இந்தச் செடி எல்லாம் யார் விதச்சது?"

நான் யோசித்து விட்டு, "இது காடு மாதிரி இருக்கு இல்ல! தானா வளரும்!" என்றேன்.

"காடு எப்படி தானா வளரும்?"

என்று கேட்ட பிறகு எனக்கு வகுப்பு ஆரம்பம் ஆனது!

பறவைகள் காட்டை உருவாக்கும் விதம், விலங்குகளின் பங்கு, மண் வளம், பெய்யும் மழை என்று எல்லாவற்றையும் விளக்கி சொன்னார்.

அந்தச் செடிக்கு வேண்டிய மண் வகை நம் தோட்டத்தில் இல்லாமல் போய் இருக்கலாம். நாம் ஊற்றிய நீர் அதிகமாகப் போய் இருக்கலாம்.

அந்தச் செடிக்கு வேண்டிய சூழ்நிலை நம் வீட்டில் இல்லை. அவ்வளவு தான்.

எல்லாம் சேர்ந்து இருந்து நம் அக்கறையும் சேரும் போது தான் செடி வளர்ந்து பலன் தரும் என்று முடித்தார்.

எனக்குப் பிரமிப்பாக இருந்தது!

ஒரு செடிக்கு இத்தனையும் தேவைப் படுகின்றனவா?

எத்தனை பறவைகள் தங்கள் பங்கு பற்றித் தெரியாமலே இவ்வளவு காடுகளை உண்டாக்கி இருக்கும்?

எத்தனை விதைகள் வீணாகப் போய் இருக்கும்?

எத்தனை செடிகள் முளைத்த உடன் வாடி இருக்கும்?

இவை அனைத்தையும் தாண்டி ஒரு பெரிய மரம் வளர்ந்து நிற்பது ஆகப் பெரும் அதிசயங்களில் ஒன்று என்றே எனக்குத் தோன்றியது!

இப்போது யோசித்தால் புதுப்புது கோணங்கள் தெரிகின்றன !

வீணாகிப்போன விதைகளைப் பற்றி யோசித்து எந்தப் பறவையும் கவலைப் படுவது இல்லை!

பிறகு நாம் மட்டும் ஏன் வீணாகிப்போன உறவுகளைப் பற்றிக் கவலைப் பட்டுக் கொண்டே இருக்கிறோம்?

நாம் செலுத்தும் அன்பும் செய்யும் உதவிகளும் பல இடங்களில் பலன் இன்றிப் போகலாம்!

அவை விழுந்த மனம் ஈரம் இல்லாமல் இருந்து இருக்கலாம்!

பண் படாத மனம் என்று பார்த்தவுடன் தெரிவது இல்லை! பட்ட பின்பே தெரிகிறது!

சில நேரம் முள் மரமாக வளர்ந்து நம்மையே குத்திக் கிழிக்கலாம்!

அதற்கு வருத்தப்பட்டு உட்கார்ந்து விட்டால் எப்படி !

எங்கேயோ எப்போதோ நாம் செய்த சிறு உதவி, நாம் காட்டிய சிறு அன்பு ஒரு ஈர மனதில் விழுந்து சிறு நாற்று முளைக்கலாம்!

அந்தச் சிற்றிலைகளின் அசைவு ஒரு நம்பிக்கையை நமக்குள் விதைத்தபடி எழலாம்!

நாம் சென்று கொண்டே இருப்போம்.... நம்மால் முடிந்தவரை செடிகளையும் அன்பையும் விதைத்தபடியே....!

என்றாவது ஒருநாள் நம்மைச் சுற்றி ஒரு பெருங்காடு உருவாகும்!

இந்தப் பிறவியின் பயன் என்று வேறு ஏதேனும் இருக்கிறதா என்ன!

19.
வேதாளம்

சிறு வயதில் சினிமாவுக்குப் போவது என்பது திருவிழா போல உற்சாகமான ஒன்று. பெண்கள் கும்பலாகக் கிளம்ப ஆண்கள் தனியே போவார்கள். நான் சிறுமியாக இருந்தபோது அப்பாவுடன் போவேன். இடைவேளை வந்ததும் வீட்டிற்குப் போகலாம் என்று அழைத்து வந்து விடுவேன்! எனக்கு ஐந்து வயதாகும்போது அப்பா சினிமா பார்ப்பதை விட்டு விட்டார்! நான்தான் காரணம் என்று குடும்பத்தில் ஒரு வதந்தி உண்டு!

அம்மாவின் கும்பலுடன் ராஜ பார்ட் ரங்க துரை படம் போனோம்.

அப்போது எனக்குப் பத்து வயது இருக்கும். எந்த சந்தேகம் வந்தாலும் வீட்டில் வந்துதான் கேட்க வேண்டும் என அம்மா பழக்கி வைத்து இருந்தார். அதை சொல்லித்தான் அழைத்துப் போவார்.

படத்தில் ஒரு காட்சி. நாயகி (உஷா நந்தினி?) ஒரு துண்டுச் சீட்டு எழுதி கொடுத்து அனுப்ப அதைப் படிக்கும் சிவாஜி 'மதன மாளிகையில்' பாட்டு பாடுவார்.

எனக்கு வழக்கம் போல் சந்தேகம் ஆரம்பித்தது. இடைவேளையில் மெதுவாய் அம்மாவிடம் கேட்டேன்.

"அது என்ன சீட்டு?"

"பிடிச்ச பாட்டை பாடச் சொல்லி சீட்டு கொடுப்பார்கள். அதான்".

"சரி! சீட்டு கொடுத்த ஹீரோயின் எப்படி மேடைக்குப் போய்ப் பாடினா?"

"அது கனவுப் பாட்டு".

முன்பே எனக்கு கனவு பாட்டு என்றால் என்னவென்று விளக்கி ஒருவழியாய் என் மண்டையில் ஏற்றி இருந்தார்கள். நான் அப்போதைக்கு அமைதியாகி விட்டேன்.

வீடு வந்ததும் அடுத்த சந்தேகம் வந்தது. இந்த முறை அப்பாவிடம் கேட்டேன். அப்பா மெல்ல உள்ளே எட்டிப் பார்த்தார். பிறகு, "நானா சினிமா பார்த்தேன்? உங்கம்மாவக் கேளு!" என்றார்.

நான் போய்க் கேட்டதும் அம்மா எழுந்து வந்து அப்பாவிடம் கேட்டார்.

"எதுக்கு இந்தக் குட்டிச் சாத்தானை என்மேல் ஏவி விட்டீங்க?"

(நான் என்னை இல்லை என்பது போல் தெருவை வேடிக்கை பார்த்தேன்!)

அப்பா "இதுக்கு பதில் சொல்லிட்டுப் போ!" என்றார்.

நான் கேட்டேன்,

"மதன மாளிகை பாட்டு வேற படத்துல வந்திருக்கா?"

"இல்ல."

"அது ஏதாவது பழைய தமிழ்ப் பாடலா?"

"இல்ல."

"அப்புறம் எப்படி எப்போ ஹீரோயின் அந்தப் பாட்டை கேட்டிருப்பா?"

அம்மா அப்பாவை முறைத்துப் பார்த்தார்.

"அப்படியே ஹீரோயினுக்குத் தெரிஞ்சு இருந்தாலும் முதல் வரி மட்டும் பார்த்துட்டு சிவாஜி எப்படி முழுப் பாட்டையும் பாடினார்?

அந்தப் பாட்டு வேற எதிலேயும் வரலையே!"

அம்மா "உனக்கு வளர்ந்த பிறகு புரியும்", என்று வழக்கம் போல் சொல்லி விட்டார்.

ஆனால் அதற்கு அப்புறம் ஆறு மாதங்கள் சினிமாவுக்குப் போகவே இல்லை!

20.
பாராட்டு

ஆறாம் வகுப்பு கோடை விடுமுறை. அம்மாவின் நண்பர், மனைவி, என் வயது மகள் யாவரும் வந்தனர்.

சாப்பிட்ட உடனே என்னை அவர் ஆறாம் வகுப்பு தமிழ்ப் புத்தகத்தை எடுத்து வரச்சொன்னார். நானும் கொடுத்தேன்.

ஒரு பாடத்தைப் பிரித்து படிக்கச்சொன்னார். படித்தேன். எதற்கென்று புரியவில்லை.

பிறகு தன் மகளிடம் ஒரு பக்கம் படிக்கச் சொன்னார். அவள் மாட்டேன் என்று சிணுங்கி தன் அம்மா மடியில் படுத்துக் கொண்டாள்! அவர் என் சீனி சக்கரக்கட்டி! படிம்மா! என்றார்.

நான், அம்மா, அப்பா எல்லோரும் ஒருவரை ஒருவர் பார்த்துக் கொண்டோம்.

ஒரு பாடம் நடத்தவில்லை என்றாள். அப்புறம் ஸ்கூல் போகவில்லை என்றாள். பிறகு எழுத்துக் கூட்டி தடுமாறி நான்கு வரி படித்தாள்.

அவள் அம்மா,

"அவ புத்திசாலி! லீவு விடவே படிச்சது மறந்து போச்சு!" என்றார்!!

எத்தனை முதல்பரிசு வாங்கினாலும் என் வீட்டில் யாரும் அதைப் பெரிதாய் சொல்லிக் கொஞ்ச மாட்டார்கள். எனக்கு இதைப் பார்க்க ஆச்சரியம் ஒருபுறம்! சிரிப்பு ஒருபுறம்!

"அம்மா!" என்றேன். "சரி... நீ போய்ப்படி!" என்றார்.

ஆசிரிய நண்பர் என்னை "லீவுதானே? என்ன படிக்கிறாய்?" என்றார்.

"சாண்டில்யனின் மன்னன் மகள்!" என்றேன்.

அப்புறம் எங்கள் வீட்டை விட்டுக் கிளம்பும் வரை சீனி சக்கரக் கட்டியை யாரும் கொஞ்சவே இல்லை.

பின்குறிப்பு: நண்பர் மகளை என் அம்மா எங்கள் வீட்டில் வைத்துப் படிக்க வைக்க வேண்டும் என்று கேட்க அம்மா மறுத்து விட்டார்.

21.
சாணப் பிள்ளையார்!

நான் சிறுமியாய் இருந்த போது வீட்டு வாசல்களில் தினம் சாணம் தெளித்துப் பெருக்கிக் கோலமிடும் வழக்கம் இருந்தது.

வீட்டில் இருக்கும் அரிசி கழுவிய நீர், சோறு வடித்த கஞ்சி, காய்கறிக் கழிவுகள், மிகுந்து போன உணவு இவை அனைத்தையும் ஒரு பெரிய மண்பானையில் சேகரித்து வைத்து இருப்போம்.

அதைக் கழுனீர் என்று சொல்லுவோம். அருகில் மாடு வளர்க்கும் வீட்டில் இருந்து தினமும் மாலை நேரத்தில் வந்து அந்தக் கழுனீரை எடுத்துக் கொண்டு போவார்கள்.

பதிலுக்கு மாட்டுச் சாணம் எடுத்து வந்து வைத்து விட்டுப் போவார்கள்.

தினமும் வாசல் தெளிக்க அது உபயோகப் படும்.

என்றாவது மண் அடுப்பை மெழுக வேண்டி இருந்தால் போய் தனியாய்க் கேட்டுப் பசுஞ்சாணம் வாங்கி வருவோம்.

சில வார இடைவெளியில் சாணத்தை எடுத்துச் செடிகள் அருகில் குழி தோண்டிப் புதைப்போம்.

மார்கழி மாதத்தில் கோலங்கள் இன்னும் களைகட்டும்.

கோலத்தின் நடுவே சாணிப் பிள்ளையார் பிடித்து வைப்போம். அவரை அலங்கரித்து வைப்பது தனிக் கலை!

எல்லா வீடுகளிலும் சாண உருண்டையில் ஒரு பரங்கிப் பூவை சொருகி விட்டால் வேலை முடிந்து விடும்.

நான் சாணியில் ஒரு கிண்ணம் போல் குழி செய்வேன்! அதன் ஓரத்தில் ஒரு பிள்ளையார்! பிள்ளையார் என்றால் ரொம்பவும் கற்பனை செய்து விடாதீர்கள்! ஒரு விரல் நீளத்திற்கு சாணியை உருட்டிப் பட்டையாக்கி அதை கிண்ணத்தின் ஓரத்தில் நிற்க வைத்து விட வேண்டும்! அவ்வளவுதான்! அவருக்குப் பின்னால் ஒரு பரங்கிப் பூ!

என் மனநிலையைப் பொருத்து இரண்டு, மூன்று பேர் கூட நிற்பார்கள்!

முன்புறக் குழியில் சில புற்கள்! சங்குப்பூ, டிசம்பர்ப்பூ இன்னும் கைக்குக் கிடைக்கும் அத்தனை பூக்களும் கொலு வீற்றிருக்கும்! நம் கைத்திறமை எல்லாம் அதில் காட்டி விடுவது!

சில நாட்கள் நான் தூங்கி விட்டால் அம்மா ஒரே உருண்டை ஒரே பூ என்று முடித்து விடுவார்!

மாலை அதை எடுத்து வறட்டி தட்டி விடுவார்கள். மாதம் முழுக்க இப்படித் தட்டும் வறட்டிகள் வென்னீர் அடுப்பு எரிய உதவும்.

பொங்கல் முடிந்ததும் இந்த விளையாட்டு முடிந்து போனதே என்று வருத்தமாய் இருக்கும்.

சமீபத்தில் தெருவில் போன மாடுகள் வாசலில் சாணி போட்டுச் சென்று இருந்தன. எடுத்து செடிக்குப் போடலாம் என்று போனேன்.

நெருங்கவே முடியாத அளவுக்கு ஒரே துர்நாற்றம்! விடுவேனா என்று குப்பை முறத்தில் வாரி எல்லைச் சுவர் வெளியே வைத்துள்ள செடிகளுக்குப் போட்டு விட்டு வந்தேன்.

உள்ளே போட்டால் நாற்றம் தாங்க முடியாது.

ஒரு முப்பது ஆண்டு கால இடைவெளியில் மாட்டுச் சாணம் கூட இப்படிக் கெட்டுப் போய்க் கிடக்கிறதே என்று கொஞ்சம் வருத்தமாய்த்தான் இருந்தது.

22.
பயிற்சி

ஒன்றாம் தேதி மாலை ஆனால் அம்மா அப்பா கணக்கு நோட்டுடன் உட்கார்ந்து விடுவார்கள். அம்மாவின் சம்பளம், அப்பாவின் ஓய்வூதியம் நடுவில் இருக்கும். சின்னச் சின்ன காகித உறைகள் அருகில் இருக்கும்.

சென்ற மாத செலவு சரி பார்க்கப் படும். செய்யப் போகும் செலவுகள் எழுதப் படும். அதற்கான பணம் உறைகளில் தனித்தனியே வைக்கப் படும்.

நான் ஏழாவது படிக்கும் போது என் கையில் கணக்கு நோட்டைக் கொடுத்தார்கள். நானும் கூட்டத்தில் சேர்த்துக் கொள்ளப் பட்டேன்!

அந்த முறை முப்பது ரூபாய் மிச்சம் இருந்தது. சம்பளத்தில் இருந்து ஐந்து ரூபாய் சேர்த்துக் கொடுத்து என்னை நகைக் கடைக்கு (ஆதில் ஜுவல்லரி!) அனுப்பினார்கள். நான் போய் ஒரு கிராம் தங்கக் காசு வாங்கி வந்தேன் 35 ருபாய்க்கு!

வங்கி வேலைகளுக்கு என்னை அனுப்புவார்கள். அஞ்சல் நிலையம், மளிகைக்கடை, காய், பழக் கடைகள், மருத்துவமனை வரை என்னைத் தனியே சென்று வர வைத்தனர்.

77ஆம் வருடத்தில் என் வயதுப் பெண்கள் வீட்டினுள்ளே முடங்கத் தொடங்கியபோது நான் வெளியில் முழு வேகத்தில் சுற்றி எல்லா வேலைகளும் செய்ய ஆரம்பித்தேன்.

என் பிற்கால வாழ்விற்கு அது பேருதவியாய் இருக்கிறது. எந்த வேலைக்கும் நான் தயங்கியதோ பயந்ததோ இல்லை.

என் திருமணத்திற்கு முந்தைய நாள் மாலை பந்தி பரிமாறுவதை மேற்பார்வை செய்து கொண்டு இருந்தேன். ஒரு மூதாட்டி சாம்பார்

கேட்டார். அருகில் போனதும், "ஏம்மா! கல்யாணப் பொண்ணு மண்டபத்துக்கு வந்துடுச்சா? என்னைக் கூட்டிட்டு போ! நான் பார்க்கணும்" என்றார்.

நான் சாம்பார் ஊற்றியபடி "நான்தான் கல்யாணப் பொண்ணு!" என்று புன்னகைத்தேன். 35 ஆண்டுகளுக்கு முன்பு இருந்த சூழ்நிலையில் அந்த மூதாட்டி அடைந்த அதிர்ச்சியை விவரிக்க என்னிடம் வார்த்தைகள் ஏதும் இல்லை!

23.
அப்பாவின் கைமணம்..!

அது மழைச்சாரல் தூவிக் கொண்டு இருந்த ஒரு மாலை நேரம். பள்ளி விட்டு வீடு திரும்பிய போது அப்பா வீட்டில் இருந்தார்.

முந்தைய நாள் திருவண்ணாமலை சென்று இருந்தார்.

என்னைப் பார்த்தவுடன்...

"வாடா..முந்திரி வறுக்கலாம்..!" என்று அழைத்தார்.

நான் அப்போது எல்லாம் சமையல் அறையினுள் நுழைய மாட்டேன். எல்லோரும் அங்கு உள்ளே உட்கார்ந்து சாப்பிட்டால் நான் மட்டும் அதன் நுழை வாயிலில்தான் சாப்பிடுவேன்!

உண்மையில், சமையலறையில் கால் வைக்காத பெண்!

அன்று ஏதோ நினைவில் உள்ளே போய் விட்டேன்!

அப்பா வாங்கி வந்த முந்திரியை ஒரு முறத்தில் கொட்டினார். அதில் உடைந்து போன சிலவற்றைப் பொறுக்கி எடுத்து விடச் சொன்னார்.

அம்மா காதில் விழாமல் ரகசியமாய்...

"இதையெல்லாம் உங்கம்மா கிட்ட கொடுத்துடு...!" என்றார்!

நானும் வழக்கம் போல் சத்தமாய்ச் சிரித்து வைத்தேன்!

மண்ணெண்ணெய் ஸ்டவ் (அதற்கு என்ன தமிழ் வார்த்தை...?) பற்ற வைத்து அதில் இரும்பு வாணலியைத் தூக்கி வைத்தார்.

அதில் தாராளமாய் நெய் விட்டு சூடு படுத்தினார். பிறகு அதில் முந்திரிகளைப் போட்டு வறுக்கத் தொடங்கினார்.

அப்போது கல் உப்பு மட்டும் தான் வாங்குவோம். வறுத்த மிளகையும் உப்பையும் அப்பா தானே அம்மியில் வைத்துப் பொடித்து வைத்திருப்பார்.

சூடு ஆறுவதற்குள் அந்தப் பொடியைத் தூவிப் பிரட்டி விட்டு தட்டில் போட்டுக் கொடுத்தார்.

அந்த மழைக் குளிருக்கு அந்த முந்திரி அவ்வளவு அற்புதமாய் இருந்தது!

அம்மாவையும் உட்காரச் சொல்லி அப்பா எடுத்துக் கொடுத்தார்.

வீட்டின் பின்னால் அணி வகுத்த மலைகளைப் பாதி இருளில் ரசித்தபடி அன்று தின்ற முந்திரியின் ருசி, அப்பாவுக்குப் பின் மீண்டும் கிடைக்கவே இல்லை.

வெயில் காலத்தில் அப்பா வெள்ளரிப் பழம் வாங்குவார். அதை நன்கு மசித்து விட்டு அதில் திராட்சைப் பழங்களைப் போடுவார்.

சில மலைவாழைப் பழங்களைத் துண்டுகளாக்கிப் போடுவார்.

சில நேரம் நுங்கும் அதில் சேரும்! பிறகு ஒரு பெரிய கிண்ணத்தில் போட்டு ஒரு தேக்கரண்டியைக் கொடுத்து வேப்ப மரத்தடியில் உட்கார வைத்து விடுவார்.

அப்பாவிடம் கதை பேசிக்கொண்டே கிண்ணத்தைக் காலி செய்வேன்.

அப்பா செய்யும் இஞ்சி பக்கோடா போல் இதுவரை எனக்குச் செய்ய வரவில்லை!

அதே போல் மாம்பழப் பாயசமும் அருமையாய் சமைப்பார்.

பள்ளியில் இருந்து திரும்பியதும் மாலை உணவை அம்மாவும் அப்பாவும் சேர்ந்து தான் செய்வார்கள்.

என்னைச் சாப்பிட வைக்கும் கூடுதல் பொறுப்பு மட்டும் எப்போதும் அப்பா மேல் தான்!

ஒருமுறை ஐஸ்க்ரீம் வேண்டும் என்று கேட்டு விட்டேன். அது 1977 ஆம் ஆண்டு! குளிர் சாதனப் பெட்டியைப் பார்த்தது கூட இல்லை.

எங்கள் ஊரான செஞ்சி அப்போது ஒரு சிறிய ஊர்.

மறுநாள் அப்பா ஃப்ளாஸ்கை எடுத்துக் கொண்டு கிளம்பி பேருந்தில் இருபத்தியெட்டு கிலோமீட்டர் பயணம் செய்து திண்டிவனம் போனார்! ஐஸ்க்ரீம் வாங்கிக் கொண்டு வந்து என்னிடம் கொடுத்தார்!

அக்கம் பக்கத்தில் இருப்போர் இதை எல்லாம் ஆச்சரியமாய்ப் பேசுவார்கள்.

பெற்றோர் இருவருமே அதிக ஊதியம் பெறாத அந்தக் கால ஆசிரியர்கள்!

பூர்வீக சொத்து இல்லாதவர்கள். ஓட்டு வீட்டில் சீட்டிப் பாவாடை கட்டி வளர்ந்த போதும்... என்னை ஒரு இளவரசி போல் கொண்டாடி வளர்த்தார்கள்!

அப்பா தன் பாசத்தை உணவின் மூலம் செலுத்தினார் போலும்!

அப்பாவின் செய்முறை பற்றி அவரிடம் கேட்டுத் தெரிந்து கொள்ள வேண்டும் என்ற ஆசை எனக்கு வந்த போது எனக்குத் திருமணம் ஆகி விட்டது.

அது நிறைவேறாத ஆசை என்று தெரிந்தும் மனம் ஏக்கப் பட்டுக் கொண்டே இருந்தது பல காலம்.

ஏனெனில் என் பதினேழு வயதில் என் அப்பா நிரந்தரமாய்ப் பிரிந்து விட்டார்.

24.
வேப்பமரத்துப்பால்

ஒருநாள் வகுப்பில் என் பின்னால் இருந்து என் தோழி சத்யபாமா என்னை சீண்டி,

"விஷயம் தெரியுமா?"என்றாள்.

"என்ன?" என்றேன்.

"செட்டிப் பாளையம் கிட்ட வேப்ப மரத்துல பால் வழியுதாம். சாயங்காலம் நாங்க எல்லாம் பார்க்கப் போறோம். வரியா?"

அடுத்தவள் அவளை அடக்கினாள்,

"ஏய்! சும்மா இரு! அவ வரமாட்டா...! தெரியாதா?"

எனக்கு அது கௌரவப் பிரச்சனை ஆகிவிட்டது.

பள்ளி விட்டு வீடு வந்ததும் அம்மாவிடம் சொன்னேன். அவர் "உனக்கு வேற வேல இல்லையா?" என்று கேட்டார்.

அடுத்து அப்பாவிடம் போனேன்.

"அப்பா! வேப்ப மரத்தில் பால் வடியுதாம்."

"யார் என்ன சொன்னாலும் அதை நம்பறதா? அதெல்லாம் சும்மா."

"இல்லப்பா! கிளாஸ்ல எல்லாரும் பார்க்கப் போறாங்க. நீ என் கூட வா!"

அப்பா சம்மதித்து எழுந்தார்.

அம்மா "ஒரு சொம்பு கொண்டு போய் பால் எடுத்து வா! காபி போட்டுத் தரேன்!" என்றார் கேலியாய்.

அப்பாவும் நானும் வெகு தூரம் நடந்து போனோம். நான் சொன்னேன்,

"அப்பா! வீட்டில் சொன்னா அம்மா பயந்து அனுப்ப மாட்டாங்கன்னு சொல்லல! பால் வெள்ளம் மாதிரி போகுதாம்பா!

சின்ன குழந்தை எல்லாம் அடிச்சுக் கிட்டு போகுதாம்!"

அப்பா "சரி! என் கையை கெட்டியா பிடிச்சுக்கோ ! "என்றார்.

நான் அப்பாவைக் கோபித்துக் கொண்டேன்,

"நான் என்ன சின்னக் குழந்தையா? ஏழாவது படிக்கிறேனில்ல?"

அங்கே ஒரு ஆடு மேய்க்கும் ஆள் இருந்தார். அவரிடம் கேட்டதும் "வாங்க! நான் காமிக்கிறேன்," என்றார்.

நான் அப்பாவைப் பெருமையாய்ப் பார்த்தேன்!

இன்னும் சற்று தூரம் நடந்தோம். மனித அரவமே இல்லை. என் வகுப்பு தோழிகள் ஒருவரும் இல்லை. ஈ காக்கா கூட இல்லை!

ஆ! இதுதான் அந்த வேப்ப மரம்! மஞ்சள் துணி சுற்றி குங்குமம் வைத்து இருந்தது!

அப்பா "ஏதோ பால் வடியுதுன்னு சொன்னாங்க" என்றார்.

அந்த ஆள், "ஆமாங்க! மூணு நாளுக்கு முன்ன இத்தனூண்டு பால் வடிஞ்சுது! அது காஞ்சு போச்சி! நல்லா உத்துப் பாருங்க! தடம் தெரியும், " என்றார்.

மாங்கு மாங்கென்று வீடு திரும்பும்போது அப்பா பேசிக் கொண்டே வந்தார், நான் "உம்" கொட்டிக் கொண்டே வந்தேன்!

அதிலிருந்து ஏதாவது ரகசியம், வதந்தி பற்றி நான் வீட்டில் சொன்னால் உடனே சொல்வார்கள்,

"என்ன! வேப்பமரத்துப் பால் வெள்ளமா போகுதா?!!"

கேட்டுத்தானே ஆக வேண்டும்! திரைக் கதையில் வேறு என்னதான் செய்வது????

25.
புத்தி தெரிந்தால்...!

எங்கள் ஊரில் பிள்ளையார் கோவிலில் நடக்கும் இலட்ச தீப விழா என் சிறு வயதில் மிகவும் ஈர்த்த ஒன்று.

மேடை போட்டுப் பாட்டுக் கச்சேரி நடனம் என்று அனைவரையும் கட்டிப் போட்டு வைக்கும் ஒரே நிகழ்ச்சி அதுதான்.

ஒரு முறை அந்த மேடையில் ஒரு பாட்டு கேட்டேன்.

'இன்று வந்த இந்த மயக்கம்...!'

(கோவில்ல போடற பாட்டாய்யா இது?)

அதற்கு ஒரு சிறுமி ஆடிக் கொண்டு இருந்தாள்!

(என்ன ஒரு அநியாயம்!)

எனக்கு அப்போது ஐந்து அல்லது ஆறு வயது இருக்கும். என்னை அந்தப் பாடல் வெகுவாய்க் கவர்ந்து விட்டது!

அதே வாரம் எங்கள் தெருவில் ஒலி பெருக்கியில் அந்தப் பாட்டைப் போட எனக்குப் பாடல் மனப்பாடமாகி விட்டது!

வழக்கம் போல் நான் வீட்டில் அதைப் பாடி ஆட ஆரம்பித்து விட்டேன்!

அம்மா அதைப் பாடக் கூடாது என்று சொன்னதை காதில் வாங்கவே இல்லை.

அப்பா அம்மாவிடம் "விடு! என்னவோ ஆடிட்டுப் போகுது!"

அம்மா "எப்படி வளக்கிறேன்! இது பாடறதைப் பாருங்க..."

எப்படி என்றால்...

அம்மா பத்தாம் வகுப்பில் பாடம் நடத்திக் கொண்டு இருப்பார். மனப்பாடச் செய்யுள் சொல்ல யாராவது திணறினால்,

"போ! ஒண்ணாவதுல நிபு இருப்பா! டீச்சர் கிட்ட சொல்லிட்டு கூட்டி வா!" என்பார்.

நான் போனதும் முதல் வரி சொல்வார். நான் வேகமாய்

"அருள் பழுத்தப் பழச் சுவையே.... கரும்பே.. தேனே!"

என்று முழுப் பாடலையும் சொல்வேன்.

அந்த மாணவியிடம்,

"பாரு! நான் உனக்குச் சொல்லிக் கொடுக்கும்போது இங்க விளையாடிக் கிட்டு இருந்த பொண்ணு! காதுல கேட்டத அப்படியே சொல்லுது. நீ என்னடான்னா..."

என்று அர்ச்சனை நடக்கும்.

இப்படிப்பட்ட அம்மாவுக்கு 'இன்று வந்த இந்த மயக்கம்' எப்படி ஒரு அதிர்ச்சியைக் கொடுத்து இருக்கும்?

ஆனால் இது வீட்டில் தொடர் கதையாகி விட்டது!

அப்பாவின் பக்க பலத்தில் பல பாடல்கள் ஆடலுடன் அரங்கேறிக் கொண்டு இருந்தன!

எல்லாவற்றுக்கும் ஒரு முடிவு வர வேண்டும் அல்லவா? வந்தது...!

நான் எட்டாம் வகுப்பில் இருந்தேன். தெருவில் ஒலி பெருக்கியில் பாட்டு ஒலித்தது.

நான் உள்ளே ஓடி என் அம்மாவிடம்

"சீக்கிரம்! அந்த பாட்டிலை எடு!" என்று வாங்கிக் கொண்டு ஆடத் தொடங்கினேன்!

என்னதான் பாடிக் கொண்டு ஆடினாலும் பாடலை இசையோடு கேட்டு ஆடுவது தனி சுகம்தான்... இல்லையா?

அம்மா வழக்கம் போல் அப்பாவிடம் புலம்ப அவர்

"நேத்து அது ஆடும்போது நீயும் தான உக்காந்து பார்த்த? இப்ப மட்டும் எதுக்குக் கத்தற?"

"அது மன்னவன் வந்தானடி! என்னா மாதிரிப் பாட்டு! அதை கேக்கலாம். அதுக்கு ஆடினாப் பாக்கலாம்.

இப்ப பாருங்க... சொர்க்கம் மதுவிலேயாம்! அதுக்கு பாட்டில் வச்சுக்கிட்டு ஆடுது!"

"அதுக்கு புத்தி தெரிஞ்சா இந்தப் பாட்டை எல்லாம் கேக்குமா? விடு... சரியாயிடும்!"

நான் 'விலுக்'கென்று அப்பாவைத் திரும்பிப் பார்த்தேன்.

'என்னது! புத்தி தெரிஞ்சாவா? அப்போ எனக்கு இப்போ புத்தி இல்லையா!'

பிறகு மெதுவாய்ப் 'புத்தி' வந்து விட்டது!

அதாவது சில பாடல்களை அம்மா எதிரில் பாடக் கூடாது என்ற அளவுக்குத் தெரிந்து விட்டது!

"பேசிப் பார்ப்பதால்... அந்த ஆசை தீருமோ?" என்று சத்தமாய்ப் பாடும்போதே... அம்மா முகத்தைப் பார்த்து விட்டு...

"இதழ்... ம்ஹ்ஹூம் ம்ஹூஊஹூஊம்..." என்று நழுவி விடுவேன்!

எதற்கு வம்பு? அப்புறம் அம்மா எனக்கு மட்டுமே ஆற்றும் சொற்பொழிவை அரை மணி நேரம் யார் கேட்பது!

எனக்கு அப்போது ஒரு விஷயம் மட்டும் புரியவில்லை. அது என்னவோ கேட்கக் கூடாது என்று பட்டியலிடும் பாடல்கள் எல்லாம் ஏதோ ஒரு விதத்தில் கவர்ந்து இழுக்கும் படியாகவே ஏன் இருக்கின்றன?

அது துள்ளலான இசையாக இருக்கலாம்!

பாடும் குரலாக இருக்கலாம்!

படத்தில் பார்த்த நடனமாக இருக்கலாம்!

ஏதோ ஒன்று மனதில் பதிந்து பிறகு நம்மைத் திட்டு வாங்க வைத்து விடும்!

ஆமாம்...அதிகப்படியான கவர்ச்சிகளுடன் வசீகரிக்கும் விஷயங்கள் எல்லாம் நமக்கு தொல்லையையும் உடன் அழைத்து வருகின்றன!

கண்ணைக் கவரும் ஒரு உணவு வயிற்றைக் கெடுத்து விடத் தயாராய் இருக்கிறது!

கண்ணைக் கவரும் பல பொருட்கள் நம் பணத்துக்கு வேட்டு வைப்பவையாகவே இருக்கின்றன!

இனிக்கப் பேசி நம் மனதில் இடம் பிடிக்கும் பலர் கடைசியில் தொல்லையாகவே முடிந்து போகின்றனர்!

"அடடா! இது முதல்லயே தெரியாம போச்சே!"

என்று நாம் வருந்தும்படி பல நிகழ்வுகள் நடந்து விடுகின்றன.

எல்லாவற்றையும் தாண்டித்தான் வர வேண்டி இருக்கிறது.

ஆனாலும் புத்திக்குத் தெரிந்தால் எல்லாம் ஒரு நாள் சரியாகி விடும் என்ற நம்பிக்கையுடன் நடக்கிறது வாழ்க்கை!

அதுசரி! எப்போது புத்தி வரும் என்று நீங்கள் கேட்டால்....

தெரியவில்லையே...! எனக்கு ஒருவேளை வந்தால் சொல்கிறேன்...!

26.
சொல்ல நினைத்தது...!

எனக்கு அப்போது பன்னிரண்டு வயது இருக்கும். அம்மா செய்யச் சொன்ன வேலை எதுவோ ஒன்று எனக்குத் தெரிய வில்லை.

உடன் இருந்த உறவினர் பெண் கிண்டலாய்,

"முன்ன பின்ன செத்தாதான சுடுகாடு தெரியும்!" என்றார்!

நான் சட்டென்று,

"நீதான் செத்துப் போய் பேயா வந்திருக்க! உனக்குத் தெரியும்! நான் சாவாத சின்னப் பொண்ணு. எனக்கு எப்படி சுடுகாடு தெரியும்?" என்றேன்!

அந்தப் பெண்ணுக்கு வாயடைத்துப் போய் விட்டது.

"வாயைப் பாரு!" என்று முனகிக் கொண்டார்.

அந்த வார இறுதியில் அம்மாவைப் பார்க்க அவர் தோழி வந்து இருந்தார். என்னைப் பார்த்த உடனே,

"டீச்சர்! பொண்ணு நல்லா வளத்தியா இருக்கா!" என்றார். எனக்குச் சிரிப்பு தாங்க முடியவில்லை!

"ஏன்..! நீலாம் பூண்டியா இல்லையா?" என்று கேட்டு விட்டு ஓடிப் போய் விட்டேன்!

புரியாமல் பார்த்த அவருக்கு, அம்மா தர்ம சங்கடத்துடன், வளத்தி என்பது அருகில் இருக்கும் ஒரு ஊர் என்றும் அதன் அருகில் இருப்பது நீலாம் பூண்டி என்னும் ஊர் என்றும் விளக்கம் தர வேண்டி இருந்தது!

பிறகு எனக்கு வீட்டில் வகுப்பு ஆரம்பம்!

"யார் என்ன சொன்னாலும் உடனே எதிர்த்துப் பேசக் கூடாது!"

"நான் பதில் தானே சொன்னேன்?"

“பாரு! சட்டுன்னு பேசற பாரு. இப்படித்தான் பேசாதன்னு சொல்றேன்.”

இப்படிப் போராடி ஒரு வழியாய் எனக்கு அம்மா புரிய வைத்தது என்ன வென்றால்...

யாராவது பேசினால் முதலில் அமைதியாய்க் கேட்க வேண்டும்! வெடுக் கென்று பதில் சொல்லக் கூடாது!

அதுவும் பதிலுக்கு கிண்டலாகவோ எதிர்த்தோ பேசவே கூடாது!

பதில் சொன்னாலும் நாகரிகமாய் சொல்ல வேண்டும்!

இருபது, இருபத்து ஐந்து ஆண்டுகள் இருக்கலாம். அப்போது குமுதத்தில் ஒரு நகைச்சுவைப் பகுதி வரும்.

சொன்னது....!

சொல்ல நினைத்தது....!

என்பது தலைப்பு.

மனதில் இருப்பதை வெளியே காட்டிக் கொள்ளாமல் மக்கள் எப்படி நாகரிகமாய்ப் பேசுகிறார்கள் என்பதை அழகாய்ச் சொல்லி இருப்பார்கள்.

நானும் என் கணவரும் வெளியில் சென்று விட்டு வீடு வந்தால் அப்படித்தான் பேசிக் கொள்வோம்.

“அவர் சொல்லும் போது எப்படி இருந்துச்சு தெரியுமா! அடக்கிக் கிட்டு “ஆமாஞ் சாமி” போட்டுட்டு வந்துட்டோம்... இல்ல!” என்று சிரித்துக் கொள்வோம்.

சிலரைப் பார்த்து,

“இவர் என்ன... ஒட்டாம பேருக்கு பேசிக்கிட்டு இருக்கார்!” என்று குறையும் சொல்கிறோம்!

சிலரை, “இது என்ன! வெடுக் வெடுக் குன்னு பேசுது! மனசுல இருக்கறத அப்படியே பேசலாமா?”

என்று முகம் சுளிக்கவும் செய்கிறோம்!

என்ன தான் செய்வது? எது தான் சரி?

நம்மை நன்கு புரிந்தவர் முன் எப்படியும் பேசலாம். ஆனால் இந்தப் பட்டியல் மிகச் சிறியது!

எனவே மனதில் உள்ளதைக் கொட்டி அனைவரிடமும் கெட்ட பெயர் வாங்காமல் இருப்பது நல்லது!

நானும் அப்படி இருக்க முயற்சி செய்து கொண்டுதான் இருக்கிறேன்.

ஆனாலும் அவ்வப்போது இந்த வாயால் பகையை சம்பாதித்துக் கொள்வதும் உண்டு!

சொல்ல நினைப்பதை சொல்லாமல் கவனமுடன் இருந்து நல்ல பெயர் எடுக்க வேண்டும்!

"அது சரி! அதுதான் எப்படி?" என்கிறீர்களா?

அது தெரிந்தால் நான் சொல்ல மாட்டேனா...?

27.
டீச்சர் பெண்!

என் மகன்கள் என்னை கிண்டல் செய்து கொண்டு இருந்தனர்,

"உனக்கென்ன டீச்சர் பொண்ணு! எந்த டீச்சரைப் பார்த்தும் பயமே கிடையாது! நாங்க எல்லாம் அப்படியா!"

அடேய்...! டீச்சர் பெண்ணாய்ப் பிறந்ததில் எவ்வளவு எல்லாம் பட்டு இருக்கேன்...தெரியுமா!

எல்லா அம்மாக்களும் பள்ளிக்கு வந்தால் தன் மகளுக்கு மதிப்பெண் அதிகம் போட வில்லை என்று குறை சொல்வார்கள்.

என் அம்மா என் விடைத்தாளை எடுத்துக் கொண்டு என் வகுப்புக்கு வருவார்! எனக்கு "திக்" என்று ஆகி விடும்!

"என்ன கல்யாணி! இவளுக்கு போய் முதல் மார்க் போட்டு இருக்கே! ஒரு அஞ்சு மார்க் குறைச்சுடு!" என்பார்!

நான் பரிதாபமாய் என் ஆசிரியை முகத்தைப் பார்ப்பேன்.

"எல்லாம் சரியாத்தானே எழுதி இருக்கா? விடுங்க!" என்பார் என் ஆசிரியை!

"இதெல்லாம் ஒரு கையெழுத்தா? கோழி கால்ல பேனா கட்டி விட்ட மாதிரி எழுதறா! நீ பத்து மார்க் குறைச்சு போடு! அப்போதான் புத்தி வரும்!" என்பார் என் அம்மா!

எட்டாம் வகுப்பு வரை தான் இந்தக் கதை! ஒன்பது, பத்தாம் வகுப்புகளில் என் அம்மாவே எனக்குத் தமிழ் ஆசிரியை! சுத்தம்!

மற்ற பாடங்களில் நான் முதல் மதிப்பெண்! தமிழில் மட்டும் நிச்சயம் கிடையாது!

நான் எட்டாம் வகுப்புப் படிக்கும்போது மாவட்ட அளவில் நான்கு பேரைத் தேர்ந்து எடுத்து "சிறந்த மாணவர்" என்று நான்கு ஆண்டுகளுக்கு பரிசுத் தொகை அளிப்பார்கள்.

அது மிகப் பெரிய பெருமை என்று அப்போது எனக்குத் தெரியாது.

ஒவ்வொரு பள்ளியிலும் இறுதித் தேர்வில் முதல் இரண்டு இடம் பிடித்தவர்கள் பரிசுக்கான தேர்வு எழுதும் தகுதி பெறுவார்கள்.

எட்டாம் வகுப்பு இறுதித் தேர்வின் முதல் நாள்! வினாத்தாள் கொடுத்தார்கள்! பார்த்தேன்! உடனே எழுந்து நின்றேன்!

“டீச்சர்! கொஸ்டீன் பேப்பர் தப்பாய் கொடுத்துட்டீங்க!” என்றேன்! (ரொம்ப நம்பிக்கையாய்!)

டீச்சருக்குத் தூக்கி வாரிப் போட்டது! ஓடி வந்தார்! வாங்கிப் பார்த்தார்!

“இன்னிக்கு அறிவியல் தானே?” என்றார். மொத்த வகுப்பும் “ஆமா டீச்சர்!” என்றது!

நான் வழக்கம் போல் தேர்வு அட்டவணை எழுதவில்லை! (திமிரு!) எப்போதும் போல் முதலில் தமிழ் என்று நினைத்து விட்டேன்!

அடுத்த நிமிடம் சுதாரித்து விட்டேன். எப்போதும் போல் பென்சில் உட்பட அனைத்து கருவிகளும் வைத்து இருந்தேன்.

நான் அறிவியல் தேர்வை எழுதத் தொடங்கி விட்டேன். ஒன்றும் பிரச்னை இல்லை.

முடித்து வெளியில் வந்தால்... அய்யோ! கேட்காதீர்கள்! நான் செய்த தவறுக்காக அத்தனை வருத்தமும் பட்டு விட்டேன்!

முதலில் என் அம்மாவிடம் திட்டு! அப்புறம்...ஒரு படத்தில் நக்மா கண்ணுக்கு பார்க்கிற எல்லோரும் ரஜினி மாதிரி தெரிவார்கள்... நினைவு இருக்கிறதா? (நீ நடந்தால் நடை அழகு!)

அது போல் அடுத்த இரண்டு நாளுக்கு பார்த்த எல்லோரும் (நிஜமாகவே) ஆசிரியர்கள்தான்! வாங்கியது மொத்தமும் திட்டுதான்!

ஒருவழியாய் வேறு பள்ளிக்குப் போன விடைத்தாட்கள் வந்து வழக்கம் போல் நான் முதல் இடம் வந்து விட்டேன். பிறகு தான் தெரிந்தது பாதிக் கிணறு தாண்டிய கதை!

பரிசுக்கான தகுதித் தேர்வு ஆங்கிலம் தவிர மீதி எல்லாப் பாடங்களும் எழுத வேண்டும்! திரும்பவுமா?!!

தமிழ்த் தேர்வு எழுதி விட்டு இடைவேளைக்கு வெளியில் வந்தேன். ஒரே அதிர்ச்சி! மதிய உணவு எடுத்துக் கொண்டு வந்தது என் அம்மா!

அப்படி வருகிற ஆள் இல்லை அவர்! (தேர்வு நடந்தது ஆண்கள் பள்ளி.) அம்மாவை சற்று கவலையுடன் பார்த்ததும் எனக்கு ஒரு மாதிரி ஆகி விட்டது.

"எப்படி எழுதினே?"

"நல்லாத்தான் எழுதி இருக்கேன்."

"பொதுக் கட்டுரை எது எடுத்தே?"

"குடும்பக் கட்டுப்பாடு."

"ஏண்டி? பாரதியார் எடுக்க வேண்டியது தானே? எதுக்கு அதிகப் பிரசங்கி மாதிரி இதை எழுதின?..."

போச்சு! பள்ளி திறக்கும் நேரம் வரை இனி திட்டு தான்!

அப்பாவிடம் அம்மா கவலையுடன் சொல்லிக் கொண்டு இருந்தார்,

"இந்த மையத்தில் மட்டும் 930 பேர் எழுதி இருக்காங்க! இவ எப்படி எழுதி இருக்காளோ தெரியல."

விடுமுறை முடிந்தது. நான் ஒன்பதாம் வகுப்பு போய் விட்டேன். அந்தத் தேர்வு மறந்தே போய் விட்டது.

திடீரென்று ஒருநாள் தலைமை ஆசிரியை அறைக்கு வரச் சொல்லி அழைப்பு வந்தது. சென்றேன்.

என் அம்மாவும் உள்ளே இருந்தார். தலைமை ஆசிரியை என் கையைப் பிடித்துக் குலுக்கி "நம்ம ஸ்கூல் பேரைக் காப்பாத்திட்ட! நீதான் நம்ம மாவட்டத்தில் ஃபர்ஸ்ட்!" என்றார்.

நான் சட்டென்று அம்மாவைப் பார்த்தேன். அம்மா முகம் வேறு மாதிரி இருந்தது!

வெளியில் வந்ததும் பள்ளி சுற்றுச் சுவர் தாண்டி இருந்த கடைக்கு அழைத்துப் போய் ரோஸ் மில்க் வாங்கிக் கொடுத்தார்!

என்னால் நம்பவே முடியவில்லை! எனக்கு அப்போது ரோஸ் மில்க் பிடிக்கும்! சளி பிடிக்கும் என்று திட்டி விட்டு எப்போதாவது ஒரு முறை வாங்கிக் கொடுப்பார்!

எனக்கு பிற்காலத்தில் புரிந்தது அம்மா அன்று சந்தோஷப் பட்டார் என்பது!

எனக்கு அப்படி இருக்க முடியாது! எனக்கு யாராய் இருந்தாலும் வாய் விட்டுப் பாராட்டப் பிடிக்கும்! அன்பைக் காட்டுவது பிடிக்கும்! சந்தோஷமாய் சிரிக்கப் பிடிக்கும்!

எனவேதான் நான் அப்போது முடிவு செய்தேன் நான் என் அம்மா போல் ஒரு டீச்சர் ஆகப் போவதில்லை என்று!

டீச்சர் பெண்ணாய் இருந்தது..... ஒரு விதத்தில் ரொம்ப கஷ்டம்!

28.
மனம் செய்யும் மாயம்!

எங்கள் ஊரில் லஷ்மி தியேட்டர் ஊரை விட்டு சற்றுத் தள்ளி இருக்கும். பக்கத்து கிராமங்களில் இருந்து வருபவர்களுக்கு அது நடந்து வர வசதியாய் இருக்கும்.

நாற்பது ஆண்டுகள் முன்பு எங்கள் ஊருக்கு ஆட்டோ வரவில்லை. சைக்கிள் ரிக்ஷா இருக்கும். அதிக சுமை தூக்கிக் கொண்டு பேருந்து நிலையம் போவதாய் இருந்தால் அதில் போவோம். மற்றபடி அது மருத்துவமனைக்குச் செல்லும் வாகனம் எங்களுக்கு!

சினிமா பார்க்க அனுமதி கிடைப்பதே எப்போதாவது தான்! நிறைய படங்கள் அலசி ஆராய்ந்து வடிகட்டப் பட்டு விடும் அம்மாவால்!

இதில் நல்ல படம் ஏதாவது லஷ்மி தியேட்டரில் வந்து விட்டால் தூரம் கருதி நிராகரிக்கப் படும் அபாயம் உண்டு!

இதை எல்லாம் தாண்டி அங்கு படம் பார்க்கப் போவது தனி அனுபவம்.

மாலைக் காட்சி போய் முடிந்த பிறகு உடன் வரும் அக்கம் பக்க அக்காக்கள், அம்மாக்கள் எங்களை வேகமாய் நடக்கச் சொல்லி விரட்டிக் கொண்டே வருவார்கள்!

போகும்போது உற்சாகமாய்ப் போவோம்! கால்வலி தெரியாது!

வரும்போது அலுத்துக் கொள்வோம்! இனிமேல் இங்கு படம் பார்க்க வரவே கூடாது என்று சபதம் வேறு போட்டுக் கொள்வோம்.

நான் சிறு வயதில் அடிக்கடி வியப்பது உண்டு! ஒரே தூரம் எப்படிப் போகும் போது குறைவாகவும் வரும்போது அதிகமாகவும் தெரிகிறது என்று!

பிறகுதான் புரிந்தது ....

எல்லாம் மனம் செய்யும் மாயம்!

எனக்கு சமைக்கப் பிடிக்கும். அதுவும் வீட்டில் உள்ள ஒவ்வொருவரின் ருசி அறிந்து அக்கறையுடன் சமைக்கப் பிடிக்கும்.

ஆனால் இந்த கொரோனா ஊரடங்கு வந்த பிறகு மூன்று மாதங்களாய் தொடர்ந்து செய்து மனம் கொஞ்சம் அலுத்துப் போய் விட்டது.

எப்போதும் மாதம் ஒரு முறையாவது வெளியே போய் சாப்பிடுவோம். உறவினர் வீடோ நண்பர் வீடோ போய் வருவோம்.

முக்கியமாய் உடம்பு முடியாவிட்டால் உணவை வீட்டிற்கு வரவழைத்துக் கொள்ளலாம் என்ற வசதி இருந்தது. எனவே எந்த மன அழுத்தமும் இல்லை.

இப்போது நாம் சமைத்தே ஆக வேண்டும் என்ற எண்ணம் ஒரு சுமையாய் கனக்கத் தொடங்கி விட்டது.

அதிலும் வேலை செய்து உடல் களைப்பதை விடவும் அதிகமாய் மனம் யோசித்துக் களைத்துப் போகிறது.

சமையல் செய்யப் பிடித்தவள் நிலையே இது என்றால்... சமையல் ஒரு கடன் என்று நினைத்து செய்பவர் நிலையும் பிடிக்காமல் செய்பவர் நிலையும் என்ன?... பாவம் அவர்கள்!

வீட்டில் இதுவரை சமைக்காதவர்கள் ஒரு கஞ்சியாவது வைத்துக் கொடுங்கள் அவர்களுக்கு!

அதற்கு முன்பு "நான் இருக்கிறேன் சமைக்க! கவலைப் படாதே!" என்று கொஞ்சம் வசனம் பேசி விடுங்கள்! மனம் மகிழ்ந்து போகட்டும்!

பிறகு அவர்கள் வேலையை அலுப்பின்றி செய்ய முடியும்!

வெறும் சமையலுக்கு மட்டும் அல்ல! எல்லா பிரச்னைகளுக்கும் "நான் இருக்கிறேன்! கவலைப் படாதே!" என்று சொல்லிப் பாருங்கள்!

அந்த வார்த்தைகள் தரும் நிம்மதிக்கு ஈடாய் எதுவுமே இல்லை என்பது புரியும்!

இடைவிடாமல் வேலை செய்யும் நட்பை அழைத்து "நலமா?" என்று ஒரு வார்த்தை கேளுங்கள்!

இந்த சின்னச் சின்ன வார்த்தைகள் பேசுபவர் கேட்பவர் இருவர் உலகையும் ஒளி மயமாய் மாற்றி விடும்!

எல்லாம் மனம் செய்யும் மாயம்!

பின் குறிப்பு: என் அலுப்பைப் போக்க வாரம் ஒருமுறை என் மருமகள் வட இந்திய உணவும் என் மகன் இத்தாலிய உணவும் சமைத்துத் தருகிறார்கள்!

ஓம் சாந்தி...!

29.

மலர்ந்தும் மலராத...!

நான் ஒன்பதாம் வகுப்பு படித்துக் கொண்டு இருந்தேன்.

ஒரு நாள் வகுப்பில் சிலர் அடிக்கடி கூடிப் பேசிக் கொண்டு இருந்தார்கள். காதோடு பேசுவதால் விஷயம் வெளியே கசியவே இல்லை.

எனக்குத் தலை வெடித்து விடும் போல் இருந்தது!

நான் போய் "என்ன ஆச்சு?" என்று கேட்டேன்.

தோழி சுற்றும் முற்றும் பார்த்தாள்.

"நீ போய் உங்கம்மா கிட்ட சொல்லிடுவ!" என்றாள்!

(என் அம்மா எங்கள் தமிழ் ஆசிரியை!)

நான் தலை, கைகள் அனைத்தையும் வேகமாய் அசைத்து, "சே! சே! நிஜமா சொல்ல மாட்டேன் பா!" என்றேன்!

அந்தத் தோழி என்னை வகுப்பின் கடைக் கோடிக்கு அழைத்துப் போனாள்.

"அங்க பார்!... அவ என்ன பண்றா?"

அவள் சொன்ன பெண்ணைப் பார்த்து விட்டு நான் சந்தேகமாய் "அழறா போல இருக்கே!" என்றேன்.

"ஆமாண்டி! அவளை அழாம சமாதானப் படுத்தறோம்! புரியுதா?"

"பாவம்! டீச்சர் கிட்ட சொன்னா அவங்க சமாதானம் சொல்வாங்க இல்ல?"

என் தோழி தன் தலையில் பட்டென்று அடித்துக் கொண்டாள்!

"இதுக்குத் தான் உன் கிட்ட சொல்ல வேண்டாம்னு நினைச்சேன்!"

நான் தயங்கி,"ஏன்?" என்றேன்.

"இது தெரிஞ்சா டீச்சர் அவளைப் பின்னி எடுத்துடுவாங்க!"

எனக்கு சுவாரசியம் கூடிப் போய், "சொல்லுப்பா! பிளீஸ்!" என்று கெஞ்சலாய் கேட்டேன்!

"நேத்து அவ சினிமாவுக்குப் போயிருந்தா!"

"ம்ம்!"

"அங்க கமலஹாசன் ஸ்ரீதேவி கூட டூயட் பாடினார்!"

(குருவா..? வாழ்வே மாயமா?)

"சரி!"

"இவளால அதைத் தாங்க முடியாம அழுதுக் கிட்டே இருக்கா!"

நான் குழப்பத்துடன் மீண்டும் "ஏன்?" என்று கேட்டேன்!

"ஏன்னா.... இவ கமலை லவ் பண்றாடி!"

நான் அப்படியே அதிர்ச்சியில் வாயடைத்துப் போய் விட்டேன்!

இது என்ன சோதனை!

ஒன்பதாம் வகுப்பில் போய் லவ் பண்ணுவாங்களா! அதுவும் கமலை!

இது அவங்க வீட்டுக்குத் தெரிஞ்சா என்ன ஆகும்?!

டீச்சருக்குத் தெரிஞ்சா என்ன ஆகும்?

என் முகத்தைப் பார்த்த என் தோழி அருகில் வந்தாள்.

"என்னடி! பேய் அறைஞ்ச மாதிரி இருக்க! யார் கிட்டயாவது உளறி வைக்கப் போற!" என்றாள்!

"இவ எப்படி கமலை போய்ப் பார்ப்பா?" என்று கேட்டேன்!

"என்னது!"

"அவர் மெட்ராஸ்ல இல்ல இருக்காரு! இவ எப்படி லவ் பண்ணுவா?

இவ அப்பாம்மா கமலுக்கு எப்படி கல்யாணம் பண்ணி வைப்பாங்க?"

"அடி லூசு! இவ கமலை லவ் மட்டும் தான் பண்றா! கல்யாணம் எல்லாம் பண்ணிக்க மாட்டா!"

நான் மேலும் அதிர்ந்து போனேன்!

என்ன சொல்வது என்று தெரியாமல் பார்த்துக் கொண்டு இருந்தேன்!

"உங்கிட்ட போய் சொன்னம் பாரு! இப்பிடித் திருதிருன்னு முழிச்சே காட்டிக் குடுப்ப போலிருக்கு!

அடியம்மா! பரதேவத! வாய வெச்சுக்கிட்டு சும்மா இருடி!"

இரண்டு நாள் தூக்கமே இல்லை!

கதை புரிந்தது போலவும் இருந்தது. உண்மையில் புரியவில்லை என்றும் தோன்றியது.

ஆனால் சொன்ன வாக்கைக் காப்பாற்ற வேண்டும் என்று வாயை இறுக மூடிக் கொண்டேன்!

எல்லாவற்றையும் வீட்டில் ஒப்பிக்கும் நான் இதைப் பற்றி சொல்லவே இல்லை!

பதின் வயதின் ஆச்சரியங்கள், அதிர்ச்சிகள், பயங்கள் எல்லாம் பிறகு நினைத்துப் பார்க்கையில் ஒரு புன்னகையைக் கொண்டு வருகின்றன!

அந்தப் பெண் அன்று அழுதது எவ்வளவு உண்மையாய் இருந்தது என்று இப்போதும் வியக்கிறேன்!

கால ஓட்டத்தில் கமலின் காதலி என்னவானாள் என்பது மட்டும் எனக்குத் தெரியவே இல்லை!

30.
மாறும் பருவங்கள்

அது 1979 ஆம் வருடம். நான் ஒன்பதாம் வகுப்பில் நுழைந்தேன். நிறைய மாணவிகள் புதிதாகச் சேர்ந்தனர். சுற்று வட்டார கிராமங்களின் மாணவர்கள் அனைவரும் உயர்நிலைப் படிப்புக்கு செஞ்சிக்குத்தான் வரவேண்டும். அரசு ஆண்கள் பெண்கள் பள்ளிகள் தனித்தனியே இயங்கும். அப்போது தனியார் பள்ளிகள் தலையெடுக்கவில்லை.

பக்கத்துக் கிராமம் ஒன்றில் இருந்து அந்தப்பெண் வந்தாள். சிரித்த முகத்துடன் இருப்பாள். ஒரே தெரு என்பதால் உடன் வருவாள். அவள் வீடு என்பது கூரை வேய்ந்து ஒரு கதவு வைத்த மண் வீடு. அவசரமாய்க் கட்டியது. மின்சாரம் கிடையாது. வீட்டின் பின்னால் ஒரு கிணறு உண்டு. அதில் நீர் இறைத்து விடியும்முன் குளித்து விட வேண்டும். குளியலறை கிடையாது. கழிப்பிடம் கிடையாது. பக்கத்தில் இருக்கும் ஏரிக்குப் போக வேண்டும்.

பிறகு மண் அடுப்பில் சமைத்துச் சாப்பிட்டு பள்ளிக்கு வரவேண்டும். அவள் பெற்றோர் இருவரும் வேறு ஊரில் ஆசிரியர்கள். அங்குள்ள நிலபுலன்களைக் கவனிக்க வேண்டி அங்கேயே இருப்பவர்கள். வாரத்தில் இரண்டு மூன்றுமுறை அவள் அப்பா வந்து தங்கி விட்டுப் போவார்.

நான் அம்மாவிடம் அடம் பிடிக்கும் போதெல்லாம் அவளை உதாரணமாகக் காட்டுவார். "பாரு... தானே சமைச்சு சாப்பிட்டு எப்படி இருக்கு பாரு அந்தப் பொண்ணு. நீ இன்னும் சாப்பிட அடம் பிடிச்சு உங்கப்பாவுக்கும் எனக்கும் சண்டை மூட்டி விடற..."

எனக்கு உண்மையாகவே குற்ற உணர்வு எழுந்து தட்டில் வைப்பதைக் கண்ணை மூடிக் கொண்டு விழுங்கி வைப்பேன்.

அவள் இவற்றை சிரமம் என்றே கொள்ளவில்லை. சிம்னி விளக்கின் வெளிச்சத்தில் அவள் படித்துக் கொண்டுதான் இருந்தாள். பள்ளிப் படிப்பு முடிந்த பிறகு அவளைப் பார்க்கவே இல்லை.

து.நிபுணமதி

அதன் பிறகு பல ஆண்டுகள் கழித்துப் பார்த்தால், அவள் வீடு இருந்த இடத்தில் பெரிய திருமண மண்டபம் எழும்பி நின்றது. அவள் அப்பா கட்டியது. அதைப் பார்க்கும்போது எனக்குத் தோன்றியது ஒன்றுதான்...

"இத்தனை பணம் இருக்கும்போது பெண்ணுக்கு அடிப்படை வசதிகள் கூட செய்து கொடுக்க மனம் வரவில்லையே... என்ன மனிதர்கள்!"

ஆனால் தன் படிப்புக்காக அந்தச் சூழலை சகித்துக் கொண்ட அந்தப் பெண்ணின் மன உறுதி பிரமிக்க வைக்கிறது.

சமீபத்தில் ஒரு கல்லூரி மாணவனைச் சந்தித்தேன். கல்லூரி சென்ற பிறகு தனிக்கார். கையில் செலவழிக்க பணம். நினைத்தால் நண்பர்களுடன் உணவகம். இருபால் நட்புகளுடன் சினிமா.

ஆனால் பெற்றோர் எந்தக் கேள்வியும் கேட்கக் கூடாது. யாரோடு வெளியே போகிறாய் என்று கேட்டால் அது நாகரிகம் கெட்ட கேள்வி!

"படிப்பு முடி... வேலைக்குப் போ" என்று சொல்வதை எல்லாம் ஒரே வரியில் இப்படிச் சொல்கிறான்...

"என்னைக் கொடுமைப் படுத்தறாங்க!"

மாணவர்கள் மாறி விட்டார்கள் என்று சொல்கிறோம். பெற்றோரும் மாறி விட்டோம் என்று நினைக்க மறந்து விட்டோம்.

நீர் விடாத செடி வாடிப்போகும். ஆனாலும் விடாமல் வேர் கொண்டு நீர் தேடிச் சிலது பிழைத்து விடும். ஆனால் அளவுக்கு அதிகமாய் நீர் வார்த்த செடிகள் நிச்சயம் அழுகிப் போகின்றன.

எவ்வளவு செல்வம் இருந்தாலும் மாணவப் பருவத்தில் இருக்கும் குழந்தைகளுக்கு அளவாகவே கொடுத்துப் பழகலாம். கண்டிப்பாய் ஒழுக்க நெறிகளை அறிவுறுத்தலாம். இவை இரண்டும் தற்போதைய சூழ்நிலைக்கு அவசியம்.

எவ்வளவோ யோசித்தும் அந்த மாணவனைத் திருத்துவது எப்படி என்று தெரியவில்லை.

31.
ஸ்ரீ தேவி...!

எங்கள் வகுப்பில் அன்று ஜெயமணியைச் சுற்றி ஒரே கூட்டம். என்ன கதை என்று தெரிந்து கொள்ள நானும் தலையை நீட்டினேன்.

"எங்க பக்கத்து வீட்டு அக்கா முழுகாம இருக்கு. பையன் பொறந்தா பேரு கமல்னு வைக்குமாம்!

பொண்ணு பொறந்தா ஸ்ரீ தேவி யாம்!"

"ஏய்! நிஜமா வா...?!

"சே..! சத்தியமா...!"

அன்றைய பொழுது ஸ்ரீதேவியுடனேயே போயிற்று.

எவ்வளவு அழகு! எவ்வளவு உயரம்!

என்ன ஒரு சிரிப்பு!

அட! அழுதா கூட ஒரு அழகுப்பா!

எங்களுக்கு பெரும்பாலும் திங்கள் கிழமை மட்டும் தான் சீருடை நாள்.

சில சமயம் புதுத் தலைமையாசிரியை வந்தால் கொஞ்ச காலம் வெள்ளிக்கிழமையும் சீருடை அணிய வேண்டி இருக்கும்.

மற்ற நாட்களில் எங்கள் விருப்பத்துக்கு வித விதமாய் பாவாடை தாவணி அணிந்து செல்வோம்.

மிக மெலிந்தவர்கள் முழுப் பாவாடையும் சட்டையும் அணிந்து வரலாம். பள்ளியில் கண்டு கொள்ள மாட்டார்கள்.

மற்றபடி வேறு உடைகள் அப்போது பழக்கமில்லை.

வெள்ளைத் தாவணி கட்டி யாராவது வந்து விட்டால் அவளுக்குக் கேட்காத தொனியில்... (சில சமயம் கேட்கும் அளவிலும்...!)

"பெரிய ஸ்ரீதேவி ன்னு நெனப்பு!" என்று முகத்தை இடித்துக் கொள்வோம்!

பதின் வயதில் இருந்த நாங்கள் மட்டும் இல்லை...எங்கள் வீட்டுப் பெரியவர்கள் கூட ஸ்ரீதேவி தான் அழகுக்கு ஒரு உதாரணம் என்று நம்பினார்கள்.

பெண் பார்க்க ஜாதகம் எடுக்கும் போதே

"பொண்ணு ஸ்ரீதேவி மாதிரி வேணும்னு எல்லாம் கேட்க மாட்டோம்! கொஞ்சம் அழகா இருந்தாப் போதும்!" என்பார்கள்.

மூக்கு குத்திக் கொண்ட இளம் பெண்களுக்கு ஸ்ரீதேவி மூக்குத்தி போட்டுக் கொள்வதே லட்சியமாய் இருந்தது.

அது ஏழு கற்கள் வைத்தது. கல்லுக்கு மாற்றாய் சிறு பொன் உருண்டைகள் இருந்தாலும் அது ஸ்ரீதேவி மூக்குத்தி தான்!

எந்த வேடத்தில் நடித்தாலும் எந்த உடை அணிந்து வந்தாலும் மக்களுக்கு அவரைப் பிடித்தது.

அவருடைய முகத்தில் ஒரு அப்பாவித்தனம் இருந்தது ஒரு காரணமாய் இருக்கலாம்.

ஆனாலும் அவர் தமிழில் தொடராமல் இந்திக்குப் போனதில் வருத்தம் தான்.

ஒரு இடைவெளிக்குப் பிறகு அவர் தமிழில் நடித்த படம் "நான் அடிமை இல்லை."

அப்போது கல்லூரியில் நான் இறுதி ஆண்டு மாணவி. எல்லோரும் கூடிப் பேசி அந்தத் திரைப்படத்தைப் பார்க்க அனுமதி வாங்கி விட்டோம்!

பெரும் கூச்சலுடன் கல்லூரிப் பேருந்தில் ஏறி எழும்பூர் ஆல்பட் திரையரங்கம் போனோம்.

வழி எல்லாம் ஸ்ரீதேவியைப் பற்றியே பேச்சு! படம் ஆரம்பித்ததும் ஒருவரை ஒருவர் பார்த்துக் கொண்டோம்.

செய்திகள் மூலம் அறிந்து இருந்தாலும் புகைப்படங்கள் பார்த்து இருந்தாலும், அங்கு பார்த்த நாயகி எங்கள் ஸ்ரீதேவி இல்லை!

அறுவை சிகிச்சையால் மூக்கு மாறிய ஸ்ரீதேவி வித்தியாசமாய் இருந்தார்!

எங்களுக்கு நெருக்கமாய் இருந்த ஸ்ரீதேவி இல்லை அவர்! சற்று ஏமாற்றமாய்த் தான் இருந்தது.

அதன் பிறகு வாழ்க்கைச் சுழல் எங்களை இழுத்துக் கொண்டது. அதுவும் ஒரு காரணமாய் இருக்கலாம்.

ஆனால் அதன் பிறகு ஸ்ரீதேவி எங்களுக்கு ஆதர்ச நாயகியாய் இல்லை என்பதே உண்மை.

32.
புத்தாண்டு அலம்பல்கள்...!

புத்தாண்டின் அருமை(?) பதின் வயதுகளில்தான் தெரிய ஆரம்பித்தது!

வருடம் முழுவதும் எப்படி இருக்கும் என்பதை வருடத்தின் முதல் நாளிலேயே கணித்து சொல்லி விடும் திறமை (!) என் தோழிகள் பலருக்கு இருந்தது!

நானும் அவற்றை சிரத்தையாய்க் கற்றுக் கடைபிடிக்கத் தொடங்கினேன்.

ஒரு மாதம் முன்பே அழகிய படம் போட்ட காலண்டர் வாங்கி விட வேண்டும் அதுவும் இனாமாக!

அவை நிறைய கிடைத்து விடும். என் ஆர்வம் இயற்கை காட்சிகள் மட்டுமே. எனவே நடிகர், நடிகையர், தலைவர்கள் படம் போட்டவற்றை பிறருக்குக் கொடுத்து விடுவோம்.

அடுத்து டைரி தான் மிகப்பெரும் கவன ஈர்ப்பு பெறும்!

ஒரே பரபரப்பாய் வகுப்பில் பேசிக் கொண்டு இருப்போம்!

அதில் என்ன எழுதலாம் என்று பெரிய தர்க்கம் நடக்கும்.

"எல்லாத்தையும் எழுதக் கூடாது! யாராச்சும் பார்த்துட்டா என்ன ஆகும்?"

நான் பெருமிதமாய், "நான் போன வருஷம் எத்தனை நாள் எழுதினேன் தெரியுமா! அப்போ எல்லாத்தையும் தான் எழுதினேன்!

எங்கப்பா கிட்ட காட்டின போது அவர் கூட நல்லா எழுதறன்னு சொன்னார்!"

என் தோழி என்னை ஏன் கொலை வெறியுடன் முறைத்துப் பார்த்தாள் என்று எனக்குச் சில ஆண்டுகள் கழித்துப் புரிந்து விட்டது!

அந்த டைரி சில பக்கங்கள் எழுதப் பட்டு விட்டு அடுத்த ஆண்டு கணக்கு போட்டு பார்க்கத்தான் உபயோகப்படும்!

ஆனாலும் அந்த நேரம் அது நினைவிலேயே வராது!

என்னவோ ஆண்டு முழுக்க எழுதப் போவது போல் நமக்கே தோன்றி நாமே அதை நம்ப ஆரம்பித்து விடுவோம்!

ம்ம் ம்ம்....எல்லாம் மாயை!

புத்தாண்டுக்கு முந்தைய நாள் சீக்கிரம் தூங்கி விட வேண்டும். அப்போது தான் மறுநாள் காலையில் எழுந்திருக்க முடியும்.

எதற்கு சீக்கிரம் என்கிறீர்களா? அன்று தாமதமாய் எழுந்து அம்மாவிடம் திட்டு வாங்கி விடக் கூடாது அல்லவா! அதற்குத்தான்!

(அப்புறம் ஆண்டு முழுவதும் திட்டு வாங்குவோம் என்பது நம்பிக்கை!)

எழுந்து ரொம்பவும் சமர்த்து வேஷம் போட்டுக் கொண்டு சாதுவாய் இருப்பேன்!

அம்மா விசித்திரமாய்ப் பார்ப்பார்!

அப்பாவின் பூஜைக்குப் பூக்களை வேகமாய்க் கட்டிக் கொடுத்து விட்டு எதிர்த்துப் பேசாமல் சந்தனம் குங்குமம் இட்டுக் கொண்டு அடுத்த கட்ட சகுனம் பார்ப்பேன்.

வீட்டில் ஏராளமாய்ப் பூக்கள் பூக்கும்.

முக்கியமாய் இந்தப் பருவத்தில் டிசம்பர் பூக்கள் பூக்கும். எங்கள் வீட்டில் நான்கு நிறங்களில் பூக்கும்.

தோட்டத்தில் நுழையும் முன்பு கண்ணை மூடி ஒரு நிறத்தை நினைத்துக் கொள்ள வேண்டும்!

அந்த நிறப்பூவைப் பறித்துக் கட்டி என் இரட்டைப் பின்னல்கள் இடையே பாலம் கட்டி விட்டால் _ அவ்வளவு பூக்கள் மலர்ந்து இருந்தால்_ அந்த ஆண்டு நன்றாக இருக்கும்!

அன்று அம்மா என்ன இனிப்பு செய்கிறார் என்பதையும் சரியாகக் கணித்து விட்டால் ஆண்டு முழுவதும் கேட்பது எல்லாம் கிடைக்கும்!

அன்று மறந்தும் யாரையும் திட்டி விடக் கூடாது. நாமும் திட்டு வாங்கக் கூடாது! எவ்வளவு கஷ்டம்!

அதெல்லாம் சொன்னால் புரியாது!

அன்று எழுதத் தொடங்கும் போது பேனா சரியாய் எழுதா விட்டால் அது அபசகுனம்!

முதலில் நம் பெயரை மட்டுமே எழுத வேண்டும்!

இருப்பதிலேயே புதிதான பாவாடை தாவணி உடுத்திக் கொள்ள வேண்டும்!

அன்று நான் நடந்து கொள்ளும் அழகைப் பார்த்து என் அம்மா, "என் கண்ணே பட்டுடும் போல இருக்கே!" என்பார்!

அதற்கு மறந்தும் ரோஷப் பட்டு விடக் கூடாது!

"நான் எப்பவும் சமர்த்தா தானே இருக்கேன்?" என்று தொண்டை வரை வரும் வார்த்தைகளை விழுங்கி விட்டு அப்பால் போய் விட வேண்டும்!

(சொன்னால் மட்டும் ஒப்புக் கொள்ளவா போகிறார்கள்!)

மாலை ஆனால் எப்போது இந்த நாள் முடியும் என்று ஆகி விடும்!

சமர்த்தாய் இருப்பது எவ்வளவு கஷ்டம் கடவுளே!

ஒரு வழியாய் அன்று தூங்கி மறுநாள் விடியும் போது அம்மாவின் குரல் ஒலிக்கும் பாருங்கள்..... "மணி என்ன ஆவுது! இன்னும் என்ன தூக்கம்? ஏங்க! எல்லாம் நீங்க குடுக்குற செல்லம். போய் அந்தக் கழுதையை (?) எழுப்புங்க..."

இந்த சுப்ரபாதம் கேட்ட பிறகு இன்னும் கொஞ்சம் தூக்கம் வரும் பாருங்கள்.. அதுதான் சொர்க்கம்!

"அப்பாடா! இன்னிக்கி ரெண்டாம் தேதி! என்ன வேணும்னாலும் செய்யலாம்!" என்று தோன்றும் பாருங்கள்... அது தரும் சுதந்திர உணர்வே தனி!

எனவே எனக்குப் பிடித்த நாள் புத்தாண்டின் மறுநாள் என்பதை இங்கு பதிவு செய்யக் கடமைப் பட்டுள்ளேன்!

பின் குறிப்பு: இந்தப் புத்தாண்டு உறுதி மொழி , இந்த ஆண்டாவது இதைச் செய்து விடுவேன் என்ற மனக் கோட்டை, இந்தப் புத்தாண்டு பொலியட்டும் என்ற சம்பிரதாய வாழ்த்துகள் இவை எல்லாம் இப்போது வெறும் வேடிக்கைப் பொருளாகி விட்டன! என்ன செய்வது!

33.
தீபாவளி நாட்கள்

தீபாவளி கொண்டாட்டம் என்று உணர்ந்தது மிஞ்சிப் போனால் ஒரு பத்து வருடங்கள்தான்.

நான்கு வயது முதல் பதினான்கு வயது வரைதான் கொண்டாட்டமாய் இருந்து இருக்கிறது.

அப்போது ரேஷன் கடைகளில் போய் வரிசையில் நின்று பட்டாசு வாங்க வேண்டும்.

நான் அப்பாவுடன் பட்டாசு வாங்கப் போகும்போது எனக்குப் பிடித்ததை பட்டியல் போட்டுக் கொண்டே போவேன்.

அங்கு போய் எல்லாவற்றையும் பார்த்ததும் குழம்பிப் போய் விடுவேன்!

தீபாவளி வருவதற்குள் பாதி பட்டாசுகளை வெடித்து விட்டு மீண்டும் கடைக்குக் போவேன்!

அம்மா வேண்டாம் வேண்டாம் என்று கத்தக் கத்த லஷ்மி வெடி வெடிப்பது எனக்கு மிகப் பிடித்த செயல்!

அதைக் கையில் பிடித்து பற்ற வைத்து தூக்கிப் போடும் வித்தை எல்லாம் காட்டுவது உண்டு!

என்னோடு இருக்கும் சிறுவர் பட்டாளம் சில்லறையை சிதறாத குறையாய் ரசித்து "ஓ" வென்று கூச்சல் போடும்!

பட்டாசுகளை வெயிலில் காய வைத்தே ஆக வேண்டும். சோதனையாய் தூறல் போட்டுக் கொண்டு இருக்கும்.

தீபாவளி மூட்டம் என்று சொல்வார்கள். (இப்போது நிறைய தீபாவளிகளில் வெயில் காய்கிறது!)

அப்போதைய பண்டிகைகளின் கதாநாயகன் தையல்காரர்தான்!

அம்மா அந்த விஷயத்தில் அதீத கவனம் செலுத்தி பத்து நாள் முன்பே உடைகளைத் தைத்து வாங்கி விடுவார்.

என்ன ஒரு சோகம் என்றால் அரைப் பாவாடை என்பது முக்கால் காலில் இரண்டும் கெட்டானாய் நிற்கும்!

("வளர்ற குழந்தை ஆச்சே டீச்சர்! ரெண்டு மாசத்துல முட்டிக்கு வந்துடும்!"_ தையலர் பாபு!)

ஆனால் அந்தப் பாவாடை ஒரு இரண்டு வருடம் கழித்து போட முடியாமல் போய் கிழியும் நிலையில் கூட முட்டிக்கு வராது!

ஒரு வாரம் முன்னதாக வகுப்பில் தீபாவளியைப் பற்றிய பேச்சாகவே இருக்கும்.

ஏதோ உலகம் அழியப் போவது போலவே எந்நேரமும் ஒரு பரபரப்புடன் சுற்றிக் கொண்டு இருப்போம்!

தீபாவளிக்கு முன் தினம் வீட்டைக் கழுவி விடும்போது உச்ச கட்டப் பரபரப்பு ஆரம்பித்து விடும்!

பட்டாசைத் தூக்கி வேறு இடம் மாற்றி வைத்து நனைந்து விடக் கூடாது அல்லவா! கால் மாற்றி நின்று கொண்டு ஒரே தவிப்பாய் இருக்கும்.

இரவு தூக்கமே வராது. விடியற்காலை எழுந்து குளிருக்கு இதமாய் வெந்நீர் அடுப்பின் அருகே அமர்ந்து கொள்வேன்.

குளித்த பிறகு வேலை கொடுத்து விடுவார்கள்!

அகல் விளக்குகளை ஏற்றி வீட்டு வாசலில் வரிசையாய் வைப்போம்.

(தீப வரிசை - தீபாவளி!)

பிறகு அப்பா செய்யும் பூஜையில் புதுத் துணிகள் படைக்கப் படும்.

புது உடை உடுத்தி பட்டாசு வெடிக்கும்போது மெல்ல விடியத் தொடங்கும்!

தெருவில் உள்ள மற்ற வீடுகளுக்கு அம்மா செய்த இனிப்பு, கார வகைகளைக் கொடுப்பது அடுத்த கட்டம்! (அப்புறம் எப்படி புதுப்பாவாடையைக் காட்டுவதாம்?)

சுற்றி விட்டு வந்து இட்லி சாம்பார் சாப்பிடுவதுடன் தீபாவளியின் முக்கிய கட்டம் முடியும்.

மறுநாள் பள்ளியில் அடுத்த கட்டம் தொடங்கும்!

எல்லோரும் ஏதோ சண்டைக் கோழிகள் போலவே பள்ளிக்குப் போவோம்!

வாழ்த்து அட்டைகள் உங்களுக்கு நினைவில் இருக்கின்றனவா?

பெரும்பாலும் அட்டைகள் தான். குறைந்த அளவில் உறையில் போட்ட வாழ்த்துகள் உண்டு - அவை விலை அதிகம்.

யாருக்கு எத்தனை வாழ்த்துகள் வந்தன என்பதே எங்கும் பேச்சாக இருக்கும்.

யாராவது தோழி ஒருத்திக்கு அனுப்பி விட்டு இன்னொருத்திக்கு அனுப்ப வில்லை என்றால் போச்சு! உள்ளே உறங்கும் மிருகம் எழுந்து கொண்டது கதைதான்!

இந்த சண்டைகள் ஓய்ந்து ஒருவழியாய் சமாதானக் கொடியைப் பறக்க விட ஒரு வாரம் ஆகும்.

நமக்கு வந்த வாழ்த்து அட்டையை விட அழகாய் வேறு யாருக்காவது வந்து விட்டால் அன்று முழுக்க நம் உலகம் இருண்டு விடும்!

இப்படியே குறைந்த பட்சம் இரண்டு வாரங்கள் கொண்டாடிய தீபாவளி திடீரென்று ஒரு நாள் அலுத்துப் போய் விட்டது.

பத்தாம் வகுப்பு வந்த போது வந்த தீபாவளி ஆரவாரம் இன்றி வந்தது.

எதிர் வீட்டு அண்ணா கேட்டார், "என்னம்மா! சத்தமே காணோம்! என்ன ஆச்சு?"

நான், "ஒண்ணும் பிடிக்கல அண்ணா! பட்டாசு இனிமே வெடிக்க மாட்டேன்!" என்றேன்.

அண்ணா ஒரு நிமிடம் அமைதியாய் நின்று விட்டு சொன்னார், "நீ வளர்ந்துட்ட!"

இப்போது என் பிள்ளைகளும் பட்டாசு வெடிப்பது இல்லை.

புதுத் துணிகளும் பூஜையும் மட்டும் மாறாமல் இருக்கின்றன!

சின்னச் சின்ன சந்தோஷங்கள், சின்னச் சின்ன சண்டைகள், சமாதானத் தூதுகள், பூப் போட்ட சீட்டிப் பாவாடைகள், பப் கை வைத்த சட்டைகள், வாழ்த்து அட்டைகள், தோழியின் முகம் திருப்பலுக்கு இடிந்து போன மென்மையான மனம் - இவற்றை இழக்காமல் அதே பதினான்கு வயதில் காலம் நின்று விட்டு இருந்தால்.... எவ்வளவு நன்றாக இருக்கும்!!

தேவை ஒரு காலச் சக்கரம்!

34.
செம்மல்லி

போன வாரம் மதுராந்தகம் போய் விட்டு சென்னை திரும்பிக் கொண்டு இருந்தோம்.

வழியில் பாலாறு பாலம் சீரமைக்கும் பணி நடக்கிறது. எனவே சிறு கிராமங்கள் வழியாகச் சுற்றிக்கொண்டு வர வேண்டி இருந்தது.

காத்துக் காத்து மெல்ல ஊர்ந்து வரும் வழியில் சாலையோரம் மஞ்சளாய்ப் பூத்துக் குலுங்கிய பூக்களைக் கண்டதும் அலுப்பெல்லாம் மறைந்தே விட்டது!

அதை நாங்கள் "செம்மல்லி" என்று சொல்லுவோம். முட்கள் அடர்ந்த செடியில் மலர்வதால் "முள்ளு கனகாம்பரம்" என்றும் அழைப்பார்கள்.

முள் தைக்காமல் அதைப் பறிப்பது ஒரு தனிக் கலை! தொடுத்து வைத்துக் கொண்டால் மாலை வரை வாடாது.

நான் பள்ளியில் படித்த காலத்தில் (1983 வரை...) நாங்கள் விரும்பிய பூ வைத்துக்கொண்டு பள்ளி செல்வோம்.

டிசம்பர் பூக்கள் பூக்கும் பருவத்தில் இந்த செம்மல்லிப் பூக்களும் பெரிதாய் மலரும்.

ஏறக்குறைய ஒரே மாதிரி இருப்பதால் வண்ண வண்ண டிசம்பர் பூக்களுடன் கலந்து கட்டுவோம்.

வெள்ளை மஞ்சள், இளஞ்சிவப்பு மஞ்சள் என்று கட்டும் போது கண்ணைக் கவரும்!

தோழிகள் கூடிப் பேசி பூக்கள் பரிமாற்றமும் நடக்கும்! உடைக்குப் பொருத்தமான நிறத்தில் பூக்கள் வைத்துக் கொள்வது நம்மை இன்னும் அழகாய்க் காட்டுவதாய் நினைத்துக் கொண்ட பருவம் அது!

சென்னை வந்து கல்லூரியில் விடுதி வாழ்க்கையில் பூக்கள் வைப்பதே மறந்து போனது.

ஊருக்குப் போய் விட்டு வந்தால் தலை நிறையப் பூவுடன் தான் வருவேன்!

டிசம்பர் பூ, கனகாம்பரம் இதெல்லாம் வைத்துக்கொண்டு வந்தால் பயங்கரமாய்க் கிண்டல் செய்வார்கள்!

மல்லிகைப் பூவை மட்டும் மன்னித்து விட்டு விடுவார்கள்!

"நல்லா கிராமத்துப் பொண்ணு மாதிரி இருக்க!" என்பார்கள்!

நான் அசரவே மாட்டேன்!

"ஆமா! நா கிராமத்துப் பொண்ணு தானே!" என்று சொல்லி விட்டு வேலையைப் பார்ப்பேன்.

பிறகு கால ஓட்டத்தில் நகரத்தில் காசு கொடுத்து பூ வாங்கி வைக்கும் பழக்கம் வந்து விட்டது.

மல்லிகை, முல்லை, ஜாதி மல்லி, ரோஜா இவைதான் கிடைக்கின்றன.

யோசித்துப் பார்த்தால் இப்போது யாருமே டிசம்பர் பூவை தலையில் வைத்துக் கொள்வது இல்லையோ என்று தோன்றுகிறது.

இந்த நிலைமையில் செம்மல்லிப் பூக்களை யார் பறித்து வைத்துக் கொள்ளப் போகிறார்கள்...?

நான் வீட்டில் சொல்லி இருக்கிறேன்...

அடுத்த முறை அந்த வழியாய் வரும்போது ஒரு செம்மல்லிச் செடியைப் பிடுங்கிக் கொண்டு வந்து ஒரு தொட்டியில் வைத்து வளர்க்கப் போகிறேன்.

அதிலிருந்து ஒரு பத்து பூ பூத்தாலும் போதும்... கட்டி தலையில் வைத்துக் கொள்ளப் போகிறேன்!

அது கொஞ்சமாவது பால்யத்தின் வாசனையைக் கொண்டு வந்து மனதை நிரப்பி விடும் என்றே தோன்றுகிறது.

35.
மாதா கோயில்

செஞ்சியில் எங்கள் வீட்டில் இருந்து சற்றுத் தொலைவில் ஒரு மாதா கோயில் இருந்தது.

ஆம்! அதை சர்ச் என்றெல்லாம் சொல்லிப் பழக்கம் இல்லை. மாதா கோயில்தான்!

அங்கிருந்து சில நேரம் பக்திப் பாடல்கள் காற்றில் மிதந்து வரும்.

எழுபதுகளில் அங்கு ஆங்கில வழிக் கல்வியைத் தொடங்கினார்கள். பள்ளியைப் பிரபலப் படுத்த ஆண்டு விழாக் கொண்டாட்டங்கள் நடைபெறும்.

கோயில் வளாகம் மிகப் பெரியது. வாசல் கதவிலிருந்து நீண்ட தூரம் நடந்து கோயிலை அடைய வேண்டும்.

அங்குதான் மேடை போட்டு நிகழ்ச்சிகள் நடக்கும். தவறாமல் சென்று குழந்தைகளின் கலை நிகழ்ச்சிகளைக் கண்டு களித்து வருவோம்.

அப்போது அங்கு ஒரு மருத்துவமனை உண்டு. அதன் பக்கத்தில் சிறு தோட்டம் இருக்கும்.

வீட்டில் பூக்கும் மல்லிகையும் டிசம்பர்ப் பூக்களும் அலுத்துப் போன நாட்களில் அம்மாவிடம் நாலணா (இருபத்தைந்து காசு!) வாங்கிக் கொண்டு அங்கு போவேன்.

காலை ஏழு மணிக்குள் சென்று விட வேண்டும். யாரேனும் ஒரு சகோதரி தூய வெள்ளைச் சீருடையுடன் புன்னகையுடன் வந்து கனகாம்பரம் பறித்துத் தருவார்.

சில சமயம் காத்திருக்க நேரிடும். அப்போது எல்லாம் அந்தச் சூழல் வேறு ஏதோ ஒரு உலகிற்கு அழைத்துச் செல்லும்.

இலேசான மஞ்சள் நிறச் சுவர்கள். அருகில் பெரிய மணி.

ஒரு பக்க வளாகத்தை ஒட்டி சிறிதும் பெரிதுமான பாறைக் கற்கள். பின்புறம் ஓங்கி உயர்ந்த கிருஷ்ண கிரி என்று அழைக்கப்படும் ராணிக்கோட்டை.

உள்ளே சில மரங்கள். விடிகாலைப் பறவைகளின் சத்தத்தோடு மிக லேசான குளிருடன், உள்ளங்கைகளைத் தேய்த்துக் கன்னத்தில் வைத்துக் கொண்டு அமர்ந்திருக்கும் போது, வெகு சில நேரம் காதில் மெல்லியதாய்க் கேட்கும் சில பாடல்கள்!

“தேனினிமையினும் ஏசுவின் நாமம் திவ்ய மதுரமாமே...!”

அங்கிருந்து கிளம்பி வரவே மனம் வராது!

பூக்களைப் பறிக்கும் சகோதரி மீது அனிச்சையாய் ஒரு பாசமும் என் மீதே ஒரு குற்ற உணர்வும் ஒருசேர எழும்!

“பாரேன்... இந்த அக்காவுக்கு சின்ன வயசு! அதுக்குள்ள மொட்டை அடிச்சு எப்படி இங்க இருக்காங்க? பாவம்... தான் வச்சுக்க முடியாத பூவை நமக்காகப் பறிச்சுத் தரும் போது என்ன நினைப்பாங்க..?

ஆனா சிரிச்சுப் பேசிக்கிட்டே இருக்காங்களே...எப்படி? இவங்க கிட்ட வந்து பூ வேணும்னு கேக்கவே ஒரு மாதிரி இருக்கே...”

இதெல்லாம் ஒரு பதின்வயதுப் பெண்ணின் எண்ண ஓட்டம்.

பிறகு நிறைய கிறித்துவ நட்புகள் கிடைத்தன.

நீண்ட காலம் கழித்து ஒரு கிறிஸ்துமஸ் விழாவில் வேறு ஒரு ஊரில் உள்ள தேவாலயத்துக்குஒ போனேன்...என் பிள்ளைகளுடன்.

அது பிரம்மாண்டமாய் அழகாய்த்தான் இருந்தது.

ஆனால் அது என்னை அவ்வளவாய்க் கவரவில்லை.

இயற்கையோடு இணைந்த , பெரிய வளாகத்தின் நடுவே அமைந்த ஒரு எளிய மாதா கோயில் இல்லை அது!

நினைக்குந்தோறும் தூரத்து மெல்லிசையாய் தேனினிமையினும் என்று ஒரு பாடல் ஒலிப்பது... எங்கள் ஊர் மாதா கோயில் நினைவுகளில் மட்டுமே...!

பின்குறிப்பு: இப்போது அந்த வீடு இல்லை. மாதா கோயிலைப் போய்ப் பார்க்க வேண்டும் என்று சில நேரம் தோன்றுவதுண்டு. ஆனால் கால ஓட்டத்தில் அது மாறி இருந்தால்? மனதில் உள்ள மாதா கோயிலே அப்படியே இருந்து விட்டுப் போகட்டும் என்று நான் போகவேயில்லை.

36.
நீதிகள்... நியாயங்கள்!

இருபாலரும் தனித்தனிப் பள்ளிகளில் படித்த காலம் அது. தனி வகுப்பில் மட்டும் சேர்ந்து படித்தோம்.

நான் ஒருநாள் வகுப்பிற்குச் செல்ல வில்லை. ஆசிரியர் ஒரு மாணவனிடம் கணித ஏட்டை வாங்கி என்னிடம் கொடுத்தார்.

இரவு உட்கார்ந்து எழுதிக் கொண்டிருந்தேன். தாள்களைப் புரட்டும் போது அது என் கண்ணில் பட்டு விட்டது!

ஏட்டின் இடையில் இரண்டு பக்கம் முழுவதும் என் பெயர் ஏதோ மந்திரம் எழுதுவது போல் எழுதப்பட்டு இருந்தது!

என் அருகில் அமர்ந்து விடைத்தாள் திருத்திக் கொண்டு இருந்தார் அம்மா.

"அம்மா!" என்று கத்திக் கொண்டு அவரிடம் காண்பித்தேன்!

அம்மா பார்த்து விட்டு என்னிடம் கொடுத்தார்.

"நாளைக்கு சார் கிட்ட தனியாப் பார்த்து கொடு. நீ போய் அந்தப் பையன் கிட்ட சண்டைக்கு நிக்காத. பொறுமையா வா!"

என்று சொல்லி விட்டு மீண்டும் திருத்தத் தொடங்கி விட்டார்!

எனக்கு சொல்ல முடியாத கோபம்!

மறுநாள் போனதும் அக்கா (ஆசிரியரின் மனைவி!)

"என்ன சீக்கிரம் வந்துட்ட?" என்றார்.

"சார் கிட்ட பேசணும் கா!"

சார் வந்ததும் படபடப்பாய் விஷயம் சொல்லி ஏட்டை நீட்டினேன்!

விசாரணை தொடங்கியது.

"இவன் யாருன்னு தெரியுமா உனக்கு?"

"தெரியும் சார்!"

சார் ஆச்சரியமாய் "எப்படித் தெரியும்?"

என்று கேட்டார்!

"போன வாரம் வீட்டுக்குப் போகும்போது இவனும் இவன் ஃப்ரெண்டும் எதிர்ல வந்தாங்க சார். பிரெண்ட் என் கிட்ட பேசினான்... இவன் சும்மா நின்னான்!"

சார் சுவாரசியமாய் "சொல்லு!" என்றார்.

"நீ இப்பிடியே திரும்பிப் பார்க்காம போனா இவன் செத்துப் போயிடுவான்னு பயமா இருக்குன்னு சொன்னான் சார்!"

(எல்லாம் ஒருதலை ராகம் பாதிப்பு!)

"நீ என்ன சொன்னே?"

"அவனைப் போய் சாவச் சொல்லு. வேண்ணா நீயும் கூடப் போய் சாவுன்னு சொன்னேன் சார்!"

என்றேன் பணிவுடன்.

சார் வந்த சிரிப்பை ஒரு புன்னகையில் மறைத்துக் கொள்ள, அக்கா அடக்க மாட்டாமல் வெடித்துச் சிரித்தார்!

நான் முகத்தை 'உம்' என்று வைத்துக் கொண்டேன்.

சார் "நான் பார்த்துக்கிறேன்" என்றார்.

வகுப்பும் முடிந்தது.

ஆசிரியர் அந்த மாணவன் பெயர் சொல்லி இருக்கச் சொன்னார். எல்லோரையும் அனுப்பி விட்டார்.

நான் தயங்கி தூரத்தில் நின்று கொண்டு இருந்தேன்.

சார் ஏதோ கேட்பதும் அவன் தலை குனிந்து கொண்டு நிற்பதும் தெரிந்தது. அடுத்த நொடி அவன் அழுவதும் சார் அவன் தோளைத் தொட்டு அணைத்து சமாதானம் செய்வதும் தெரிந்தது!

அதே நொடி நான் விறுவிறுவென்று கீழே இறங்கி விட்டேன்.

என்ன ஒரு அநியாயம்! சார் அவனை என்னவோ கொஞ்சிக் கொண்டு இருக்கிறார்! அவன் செய்தது தப்பில்லையா? அவனை இரண்டு வார்த்தை சத்தமாய் திட்டி இருந்தால் கூட மனசு ஆறி விட்டு இருக்கும்!

அக்கா என்னைக் கூப்பிடுவது காதில் விழாத மாதிரி நான் என் வீட்டுக்குப் போய் விட்டேன்!

அடுத்த நாள் முழுக்க முகத்தைத் தூக்கி வைத்துக் கொண்டு சுற்றி வந்தேன்!

ஊரா இது! ஒரு நேர்மையான சின்னப் பெண்ணுக்கு ஒரு நியாயம் கிடைக்கவில்லை!

பசுவுக்காகத் தன் மகனையே தேர்க்காலில் கட்டி.... அய்யோ! ரொம்ப இலக்கியம் படிக்கிறேனே!

அடுத்த நாள் சார் என்னை இருக்கச் சொன்னார்.

"யம்மா! அவனும் நல்லா படிக்கிற பையன் மா! ஏதோ வயசுக் கோளாறு...விடு. நான் கண்டிச்சு வச்சுட்டேன். அம்மா கிட்ட சொல்லு" என்றார்.

நான் அரை மனதாய்த் தலை ஆட்டி வைத்தேன்.

பல ஆண்டுகள் கழித்து மேல்நிலை வகுப்பில் ஒன்றாகப் படித்தவர்கள் சந்தித்தோம். (இரு பாலரும் மேனிலைப் பள்ளியில் ஒன்றாக படித்தோம்.)

இந்த நிகழ்வைப் பற்றிப் பேசும்போது ஒரு நண்பன்

"இதுக்கெல்லாம் கோபப் படலாமா? இதுவும் ஒரு புகழ்ச்சி ன்னு எடுத்துக்கோ!" என்றான்!

"அடப் பாவிகளா!" என்று சொன்னாலும் என்னால் சேர்ந்து சிரிக்க முடிந்தது!

சார் செய்ததுதான் சரி என்று இப்போது உணர முடிகிறது!

விடுங்கள்... எல்லா அநீதிகளையும் நினைத்துப் பார்த்து சிரிக்கும் காலம் ஒன்று வரும்!

அதனால்.... இப்போதே சிரித்து விட்டுக் கடந்து போகலாம்... வாருங்கள்!

37.
அன்று விதைத்த சொல்

இன்று இருப்பது போல் பாடம் சொல்லிக் கொடுக்க விதவிதமான செயலிகள் எதுவும் என் பள்ளி நாட்களில் இல்லை. 1980இல் ஆசிரியர் மட்டுமே பாடம் சொல்லித் தர முடியும். சொல்லித் தருபவர் நல்லபடி அமைந்து விட்டால் மாணவர்களுக்கு அதிர்ஷ்டம்தான்.

எனக்கு பத்தாம் வகுப்பு கணிதமும் ஆங்கிலமும் கற்பித்தவர் திரு. சக்ரவர்த்தி. தினமும் பாடப்பகுதியில் இருந்து ஒரு கட்டுரை எழுத வேண்டும். ஒரே மாதிரி எழுதி எனக்கு அலுத்து விட்டது. மெதுவாய் சில வரிகளை மாற்றி எழுத ஆரம்பித்தேன். வெவ்வேறு வார்த்தைகள் மாற்றினாலும் பொருள் மாறாமல் இருக்கும்படி பார்த்துக் கொண்டேன். கொஞ்சம் பயம்தான்!

"சார் என்னிக்கு திட்டப் போறாரோ?"

அந்த நாளும் வந்தது! "இங்க வா! என்ன எழுதியிருக்க நீ? எந்த கைட் படிச்சுட்டு வந்த? இப்படி எதுலயும் இருக்காதே?"

தயக்கமாய் "நானேதான் சார் எழுதினேன்..."

சார் நிமிர்ந்து பார்த்தார். மீண்டும் கட்டுரையைப் பார்த்தார். அவர் சொன்ன வார்த்தைகள் இன்றுவரை மறக்கவே இல்லை!

"அடடா! *They did not know what to do!* என்ன அருமையா இப்படி ஒரு வரியை நடுவில எழுதியிருக்க! எழுது! நிறைய எழுது! எங்க எழுதக் கூடாதுன்னு நான் சொல்லித் தரேன்! உன் சொந்த வார்த்தைகள் வச்சு நீ எழுது. *Public exam* ல உன் பேப்பர் திருத்தறவங்க ஒரு நிமிஷம் ஆடிப் போகணும்!"

எனக்கு அப்படி ஒரு உற்சாகம் பொங்கியது! பாடங்களைப் படிக்கும்போது ஒரு கூடுதல் அக்கறை வந்து விட்டது. அதுவரை என்னவோ உப்பு சப்பில்லாமல் இருந்த பாடம் வெகு ருசியான ஒன்றாகி விட்டது!

பள்ளி இறுதித் தேர்வில் ஆங்கிலத்தில் நான் தமிழ்நாட்டில் முதல் மதிப்பெண் எடுத்தேன். 89...! (அப்போதெல்லாம் இதுதான் அதிகம்!)

ஆசிரியர் என்னை அன்று கோபித்துக் கொண்டிருந்தால் நான் சாதாரணமாய்ப் படித்து ஒரு 80 மதிப்பெண் வாங்கி இருப்பேன். அன்று அவர் பேசிய வார்த்தைகள் உருவாக்கிய தன்னம்பிக்கை மிகப் பெரியது. பத்தாம் வகுப்புவரை தமிழ் வழிக் கல்வியில் படித்து விட்டு, ஆங்கிலத்தை இயல்பாகக் கையாள முடிந்ததற்குக் காரணம் அவருடைய சொற்களே!

யோசித்துப் பார்த்தால் நாம் அடைந்த எந்த ஒரு வளர்ச்சியின் பின்பும் யாருடைய வார்த்தைகளோ இருக்கும். பெரும்பாலும் நேர்மறையாய்... சில நேரம் எதிர்மறையாய்!

"என்னைப் போய் இப்படி சொல்லிட்டாங்க பாரு... இவங்க எதிர்ல வாழ்ந்து காட்டணும்!"

இந்த வரிகளைச் சொல்லாதவர் நம்மில் யாராவது உண்டா?

முடிந்தவரை நேர்மறை வார்த்தைகளைப் பேசிக் கடப்போம். சிறு சிறு விதைகளைத் தூவிச் செல்வது போல் போவோம். மண் வளமாய் இருந்து மழைப் பொழிவும் கிடைத்தால் அவை வேர் ஊன்றி பெரும் மரமாய் வளரட்டும்.

என்றாவது ஒருநாள் நாம் அந்த மரத்தைப் பார்க்க நேர்ந்தால்... நிச்சயம் சிலிர்த்துப் போவோம் அல்லவா? இந்த நிலையற்ற வாழ்வில் அதை விட வேறென்ன வேண்டும்...!

38.
அவமானம்

எங்கள் ஊரில் வங்கி ஒன்று எங்கள் பள்ளி மாணவிகளுக்கு பேச்சுப்போட்டி நடத்தி பரிசு வழங்கி வந்தது. பள்ளி வாசலில் மேடை போட்டு மாலை வேளையில் விழா நடத்தி பரிசு கொடுப்பார்கள். ஊரார் அனைவரும் வந்து பார்க்கலாம். மூன்று பரிசுகள். மூவரும் மேடையில் பேச வேண்டும். அதற்கு முன்பே பள்ளியில் போட்டி நடத்தித் தேர்ந்தெடுத்து அனுப்பி விடுவர்.

ஒவ்வொரு ஆண்டும் நான் போய் முதல் பரிசு வாங்கி வருவேன்.

பத்தாம் வகுப்பு படித்த போது புதிதாய் ஒரு மாணவி வந்து சேர்ந்தார். அவருக்கு மூன்றாம் பரிசு. வழக்கம் போல் எனக்கு முதல் பரிசு.

விழா அன்று மேடை ஏறி மூவரும் பேசினோம். பலத்த கை தட்டலுடன் நான் பேசி முடிக்க, அவருக்கு பயத்தில் பேச்சு வரவில்லை. தடுமாறிப் பேசி விட்டு இறங்கி விட்டார்.

பரிசு வழங்கும் நேரம் வந்தது. தடுமாறிய அவருக்கு முதல் பரிசு! எனக்கு மூன்றாம் பரிசு!

விழாவிற்கு பரிசு வழங்க வந்தவர் இன்னொரு வங்கி மேலாளர் ஆன, அந்தப் பெண்ணின் அப்பா!

நான் கொதித்துப் போய் விட்டேன். எழுந்து போய் அந்தப் பரிசை வாங்க மாட்டேன் என்று மறுத்தேன். என் அம்மா அசையவே இல்லை. கோபத்தைக் காட்டிக் கொள்ளவும் இல்லை.

"போய்ப் பரிசை வாங்கி வா! வீட்டுக்குப் போய்ப் பேசிக் கொள்ளலாம்," என்றார். என் கைகள் கோபத்திலும் அவமானத்திலும் நடுங்கிக் கொண்டு இருந்தன.

அம்மா, "ஒண்ணும் நடக்காத மாதிரிப் போ! எதையும் காட்டிக்காத! சிரிச்சபடி போ!" என்றார். நான் சமாளித்து எழுந்தேன். விறுவிறுவென்று என் வழக்கமான முறையில் நடந்து மேடை ஏறினேன். அவள் அப்பாவிடம் சிரித்தபடி பரிசை வாங்கி நன்றி சொன்னேன். சபைக்கு வணக்கம் சொன்னபோது கூட்டத்தில் பின்னால் இருந்து ஒருவர் கத்தினார்,

"என்ன அநியாயமா இருக்கு! நல்லா பேசின பொண்ணுக்குக் கடைசி பரிசு கொடுப்பீங்களா? அதைத் தூக்கிப் போடும்மா!" என்றார்.

சலசலப்பு அதிகமாக, நடந்தது என்ன என்று அனைவருக்கும் புரிய அதிக நேரம் ஆகவில்லை.

ஆனால் என் வாழ்நாளில் மூன்றாம் பரிசு வாங்கிய காயம் எனக்கு ஆறவே இல்லை. அந்த உணவுப் பெட்டி(lunch box!)யை

இன்னமும் வைத்து இருக்கிறேன்!

உலகம் சிலசமயம் துரோகங்களால் கட்டமைக்கப் படுகிறது என்பதை நினைவு கொள்ள!

39.
நம்பிக்கை

நாங்கள் அப்போது பத்தாம் வகுப்பு படித்துக் கொண்டு இருந்தோம்.

மதிய உணவு இடைவேளையில் என் அம்மாவைப் போய்ப் பார்த்து விட்டு வகுப்பில் நுழைந்தேன்.

வகுப்புத் தோழிகள் இருவர் வாசல் அருகில் நின்று ஏதோ ஆர்வமாய்ப் பார்த்துக் கொண்டு இருந்தனர்!

எங்கள் வகுப்பு பள்ளியின் முன்புறம் இருந்தது. சாலையை நன்கு பார்க்க முடியும்.

நான் அவர்கள் பின்னால் போய்,

"என்ன பாக்கறீங்க?" என்றேன். ஒருத்தி விழித்தாள்! இன்னொருத்தி அவசரமாய்,

"122 டி! போறான்..!" என்றாள்!

"அது யாரு?" என்றேன்!

அவளுக்குக் கோபம் வந்து விட்டது!

"எங்க பஸ்ஸுல ஒருத்தன் வருவான்.. ஜாலியா பேசுவான்னு சொல்லி இருக்கேன் இல்ல.. அவன் டி!" என்றாள்.

இன்னொருத்தி, "இவ வந்து கெடுத்தா! (நான்தான்!) சரியாவே பாக்கல! போயிட்டான்!" என்று என்னை முறைத்தாள்!

நான் சமாதானமாய், "ஏன்பா கோச்சுக்கற? நான் என்னன்னு தான கேட்டேன்?" என்றேன்.

மும்முரமாய்ப் பேசிக்கொண்டு இருந்தபோது என் பின்னால் இருந்து என் தோளில் ஒரு கை விழுந்தது.

"என்ன பாக்கறீங்க?"

உதறலுடன் திரும்பி எங்கள் அறிவியல் ஆசிரியையைப் பார்த்தோம்!

மணி அடிக்கும் முன்பே வந்து விட்டார்!

என் தோழி கண்ணை உருட்டி வாயில் விரல் வைத்து "ஒன்றும் சொல்லாதே!" என்று சைகையில் என்னை எச்சரித்து விட்டுத் தன் இடத்திற்குப் போய் விட்டாள்.

இன்னொருத்தி நழுவி விட ஆசிரியை என்னை விடாமல் வகுப்புக்குள் நடந்தார்.

நான் குழப்பத்துடன் பலியாடு போல் கூட நடந்து போனேன்!

ஆசிரியை அவர் பாட்டுக்கு பாடம் நடத்தத் தொடங்கி விட்டார். என்னால் கவனிக்கவே முடியவில்லை.

"திரும்ப கேட்டால் என்ன சொல்றது? சொன்னால் தோழிகளை ஒரு வழி பண்ணிடுவாங்க. சொல்லா விட்டால்..?

அய்யோ! இவங்க திட்டினா கூடப் பரவாயில்ல! எங்க அம்மா காதுக்குப் போனா நான் அவ்வளவுதான்!

கடவுளே! என்னைக் காப்பாத்து!"

வகுப்பு முடிந்தது.

"நிபு! என் கூட வா!" என்று எழுந்து போனார்.

போச்சு!

"நீ பொய் சொல்ல மாட்டே! சொல்லு! என்ன பாத்தீங்க? இப்படி ரோட்ல வேடிக்கை பாக்கறது தப்புன்னு தெரியாதா?

இந்த வயசுல இது எங்க கொண்டு போய் விடும்னு உனக்குக் கூடவா தெரியல?"

நான் வாயே திறக்கவில்லை. பொய் சொன்னால் எப்படியும் மாட்டிக் கொள்வேன். உண்மை சொன்னால் தோழிகள் மாட்டிக் கொள்வார்கள்.

ஆசிரியை மேலும் ஐந்து நிமிடம் பேசி விட்டு,
"சரி போ!" என்று கூறி விட்டார்.
திரும்பி வந்ததும் தோழிகள் துளைத்து எடுத்தார்கள்.

"நிஜமா ஒண்ணும் சொல்லலப்பா.."

என்றதும் அடுத்த கட்ட ஆலோசனை!

“ஒரே மாதிரி சொல்லணும். எங்க எதிர் வீட்டு அக்காவைக் காட்டினேன்னு சொல்லிடலாம். வா! போய் சொல்லிட்டு சாரி கேட்டுட்டு வந்துடலாம்.

டீச்சர் ரொம்ப நல்லவங்க. ஆனா அவங்க வேற யார் கிட்டயாவது சொன்னா நாம காலி. வா...போலாம்.''

நான் மறுத்து விட்டேன்!

“நான் ஏன் உண்மை சொல்லாம வந்தேன்? நீங்க ரெண்டு பேரும் நான் சொல்ல மாட்டேன்னு நம்பிக்கை வச்சீங்க.

இப்போ நான் பொய்யும் சொல்ல மாட்டேன். ஏன்னா என்னை அப்படி டீச்சர் நம்பறாங்க. நான் வர மாட்டேன்.

நீங்க வேண்ணா போய் சொல்லுங்க. நான் இதில் வாயே திறக்க மாட்டேன்.”

“அய்யோ! இவ இப்படித்தான் பேசிக் கொல்லுவா! இவ கிட்ட மாட்டினோம் பாரு.

வாடி! நாம போய் டீச்சர் கிட்ட பேசுவோம்.”

என்று எழுந்து போனார்கள்!

வந்து “தோ பாரு! நாங்க பேசிட்டோம். இவ நல்லா அழுதுட்டா! எல்லாம் சரியாப் போச்சு.

உம்முனு இருக்காத. நீ அக்காவைப் பாக்கவே இல்ல..அதான் முழிச்சன்னு சொல்லி உன்னையும் காப்பாத்திட்டோம்!

டீச்சர் சிரிச்சுப் பேசி அனுப்பிட்டாங்க. எழுந்து வேலையப் பாரு!''

என்னால் ஏனோ சாதாரணமாய் இருக்கவே முடியவில்லை. ஏதோ தப்பு செய்து விட்டது போலவே இருந்தது.

அடுத்த மூன்றாம் நாள் சனிக்கிழமை! நான் வழக்கமாய் அறிவியல் ஆசிரியை வீட்டுக்குப் போகும் நாள்!

எங்கள் வீட்டு குமுதத்தைக் கொடுத்து விட்டு அவர் தரும் ஆனந்த விகடனை வாங்கிக் கொண்டு வருவேன்.

எப்போதும் உற்சாகமாய்ப் போகும் நான் சற்று தயக்கத்துடன்தான் அன்று கிளம்பினேன்.

ஆசிரியை வழக்கம் போல் வரவேற்றார். எனக்கு டீ போட்டுக் கொடுத்தார்.

உள்ளிருந்து ஒரு கட்டு அம்புலி மாமா கொண்டு வந்து கொடுத்தார்.

"விடாம படிக்கிறையேன்னு தெரிஞ்ச வீட்டுல சொல்லி வாங்கினேன். இந்தா!" என்றார்.

நான் முகம் மலர வாங்கிக் கொண்டு,

"தேங்க்ஸ் டீச்சர்!" என்றேன்.

அவர் என்னை உற்றுப் பார்த்தார்.

"நான் அன்னிக்கு தடுப்புக்குப் பின்னால தான் இருந்தேன். அவங்க ரெண்டு பேரும் ரொம்ப நேரமா அங்க நின்னு யாரையோ பாத்துக்கிட்டு இருந்தாங்க.

நான் உங்க வயசை எல்லாம் தாண்டித்தான் வந்து இருக்கேன்.

எனக்கு அவங்க பார்த்ததும் தெரியும்! கடைசில வந்த நீ யாரையும் பார்க்கலன்னும் தெரியும்!

ஆனா அவங்க பிரச்னைய சமாளிச்சுட்டாங்க. உனக்குத் தெரியல! நீ ஏதோ தப்பு பண்ண மாதிரி என்னைப் பார்த்தா குனிஞ்சுக்கிற!

இப்படி இருக்காத.

நல்லாப் படிக்கறது மட்டும் போதாது.

ஆனா உன் கிட்ட எனக்கு இப்பவும் பிடிச்சது நீ எதுக்காகவும் பொய் சொல்ல மாட்ட!

நீ வாழ்க்கைல என்ன பண்ணப் போறன்னு எனக்குக் கொஞ்சம் கவலை யாத்தான் இருக்கு!" என்றார்.

எனக்கு அத்தனை நாள் மனதில் இருந்த பாரம் நீங்கிப் போய் விட்டது!

டீச்சர் சிரித்துக் கொண்டே கேட்டார்...

"இப்போ சொல்லு! யாரைப் பாத்தீங்க?"

நானும் சிரித்துக் கொண்டே சொன்னேன்...

"நான் யாரையும் பார்க்கல டீச்சர்... நிஜம்மா!"

40.
ரௌத்திரம் பழகு

நான் பத்தாம் வகுப்பு படித்த வருடம். ஒருநாள் லேசான காய்ச்சலில் வீட்டில் படுத்து இருந்தேன். நிறைய பேச்சுக் குரல்களும் அம்மாவின் உரத்த குரலும் கேட்டது.

நான் எழுந்து போய்ப் பார்த்தேன்.

அது ஒரு இடப் பிரச்னை. எங்கள் இடம் என்று ஆதாரம் காட்டியதும் அந்த மனிதர் அப்போது போய் விட்டார்.

இப்போது ஒரு நான்கைந்து பேரை அழைத்து வந்து அம்மாவிடம் சண்டை போட்டுக் கொண்டு இருந்தார். அப்பா வெளியே போய் இருந்தார்.

இதில் பஞ்சாயத்து பேச வந்த மனிதர் சொன்னார்,

"சரிதான் டீச்சர்! உங்க எடம்தான்! ஆனா உங்களுக்கு என்ன ஆம்பிளப் பிள்ளையா இருக்கு? பொம்பளைப் பொண்ணுதானே? விட்டுக் கொடுத்து போங்க!"

எனக்கு குபீர் என்று இரத்தம் தலைக்கு ஏறியது! வேகமாய் அருகில் போனேன்.

அந்த மனிதர் சற்று குள்ளம். கைகளைப் பின்னால் கட்டியபடி தலையை சற்று அண்ணாந்து பார்த்துக் கொண்டு தன் தீர்ப்பை தானே ரசித்தபடி பேசிக் கொண்டு இருந்தார்.

நான் அடித் தொண்டையில் கத்தினேன்,

"எவனாவது எங்க இடத்தில் கால் வச்சா அடிச்சுப் பேத்துடுவேன்! பொண்ணு அடிச்சாலும் வலிக்கும். பாக்கறியா?"

நான் என் முழுக்கை ஸ்வெட்டரின் கைகளை மடித்து விட்டபடி வேகமாய் அவர் முன் போனேன். அவர் தன்னை அறியாமல் இரண்டடி பின்னால் போனார்.

அதற்குள் என் அம்மா என்னைப் பின்னால் இருந்து பிடித்து அணைத்துக் கொண்டார். திமிறிய என்னை அடக்கியவாறு அந்த மனிதரிடம் சொன்னார்,

"நீங்க போயிடுங்க! எம் பொண்ணு கோவக்காரி."

நான் திமிறியபடி கத்தினேன்,

"இந்தத் தெருப்பக்கம் உன்னப் பார்த்தேன்... அவ்வளவுதான்."

ஒரு வார்த்தை பேசாமல் அந்தக் கும்பல் கலைந்து விட்டது.

பிறகு எனக்கு என் வீட்டில் ஒரே அறிவுரை மழை! என்ன இருந்தாலும் வயதில் பெரியவரை எல்லாம் அடிக்கப் போகக் கூடாது! இவ்வளவு கோபம் ஆகாது!

உண்மையில் அடிக்கப் போவது என் நோக்கமில்லை. அவர் பேச்சைக் கேட்ட கோபத்தில் வந்த வார்த்தைகள் அவை. என்ன செய்வது! சிறுமை கண்டு பொங்கச் சொல்லி இருக்கிறார்களே!

அடுத்த சில நாட்களில் நான் அவரை அடித்து விட்டதாய் வதந்தி பரவி விட்டது! அதற்கு வருத்தப் படுவதா அல்லது சந்தோஷப் படுவதா என்றே எனக்குப் புரியவில்லை!

பின்குறிப்பு: பஞ்சாயத்து மனிதர் பிறகு எங்கள் வீட்டிற்கு வரவில்லை. எல்லோரிடமும் என் அம்மாவிற்கு பெண்ணை வளர்க்கத் தெரியவில்லை என்று சொன்னதாக கேள்விப் பட்டோம்!

41.
உடல் மொழி

நாற்பது ஆண்டுகளுக்கு முன்பு ஆண்கள் உயர்நிலைப் பள்ளி, பெண்கள் உயர்நிலைப் பள்ளி என்று பிரிந்து தான் இருந்தது. மேனிலைப் பள்ளியில் மட்டும் இருபாலரும் சேர்ந்து படித்தோம். தனியார் பள்ளிகள் தலை எடுக்காத கால கட்டம்.

மாலை எங்கள் பள்ளி விட்டதும் ஒரு கும்பல் மாணவர்கள் பள்ளியின் அருகில் நிற்பார்கள். வேறு எதற்கு!? பின் தொடர்ந்து வரத்தான்!

ஒருநாள் வீடு வந்ததும் திரும்பிப் பார்த்தால் என் பின்னால் ஒரு பையன்! எனக்குப் பயங்கர கோபம். அப்பாவிடம் ஏதாவது செய்யச் சொல்லி கத்தினேன். அப்பா முதலில் சாப்பிடச் சொன்னார். பிறகு உட்கார வைத்துப் பொறுமையாய்ச் சொன்னார்.

“இந்த வயதில் பையன்கள் அப்படித்தான் இருப்பார்கள். நீ பெண்களையும் கவனித்துப் பார். நீ சாதாரணமாய் இரு. உன் வேலையை மட்டும் பார். யாராவது கிட்ட வந்து வழி மறித்தாலோ ஆபாசமாகப் பேசினாலோ பயப்படாதே! காலில் இருப்பதைக் கழட்டி அடிப்பேன்னு சொல்லு. மீறி தொல்லை கொடுத்தா அடிச்சுட்டு வா! மத்ததை நான் பாத்துக்கிறேன். நானோ அம்மாவோ உன் கூடவே வர முடியாது. நல்லா மனசில் இதைப் பதிய வை!”

நான் என்னைச் சுற்றி நடப்பதை உற்றுக் கவனிக்கத் தொடங்கினேன்.

பெண் ஒன்றும் சும்மாயில்லை! ஓரக் கண் பார்வைகளும் ஜாடைப் பேச்சுகளும் சிறு கை அசைவுகளும் என்று பையனைப் பின்னால் வரவழைப்பது புரிந்தது. பெண்ணின் அண்ணனோ அப்பாவோ பார்த்து விட்டால் பையனுக்குத் தர்ம அடிதான்! பெண் ஒன்றும் தெரியாது என்று தப்பித்து விடுவாள்!

ஒரு வாரம் கழித்து பையன் வேறு பெண் பின்னால் வேறு தெருவுக்குப் போவான். இந்தப் பெண்ணிற்கும் வேறு ஒரு அடிமை சிக்கி விடுவான்! நிறையப் பெண்கள் மாட்டிக் கொண்டால் என்ன செய்வது என்று சும்மா இருப்பார்கள். ஆனால் பிற பெண்களை உசுப்பேற்றி விடுவார்கள்.

எனக்கு வெகு சீக்கிரம் இந்த விளையாட்டு புரிந்து விட்டது. அது எனக்கான களம் அல்ல என்பதும் புரிந்தது.

உடல் மொழியால் ஒருவரைப் பின் தொடரச் செய்ய முடியும் என்றால், நம்மால் அதைத் தடுக்க முடியாதா என்று யோசித்தேன்.

என் நிமிர்ந்த நடையும் நேராய்ப் பார்ப்பதும் பின்னால் வருபவனைக் கூப்பிட்டு என்ன வேண்டும் என்று கேட்பதும் ஒரு விஷயத்தை எல்லோருக்கும் உரக்கச் சொன்னது, "என் பின்னால் யாரும் வராதீர்கள்!"

பள்ளி இறுதி வகுப்பு வந்தேன். எந்த வித மன அழுத்தமும் இல்லாமல் இயல்பாய்ப் படித்தேன். ரேடியோ கேட்டபடி, கதைகள் படித்தபடி, தோட்டத்தைச் சுற்றியபடி சாதாரணமாய்ப் படித்துக் கொண்டு இருந்தேன். ஆனால் கிடைத்த பரிசு மிகப் பெரிது!

பள்ளி இறுதித் தேர்வில் மாவட்ட அளவில் முதலிடமும் ஆங்கிலப் பாடத்தில் மாநில அளவில் முதலிடமும் கிடைத்தது எனக்கு!

42.
மந்திரித்தல்

நான் பத்தாம் வகுப்பு பொதுத் தேர்வு எழுதி முடித்த மறுநாள் முதல் என் தலைமுடி வேகமாய்க் கொட்டத் தொடங்கியது.

தினமும் பேசிக் கொண்டு இருக்கும் தெருவாசிகள் அதைத் தேர்வு குறித்த என் மன அழுத்தத்தின் விளைவு என்றனர்!

என் அம்மா என்னை ஏற இறங்கப் பார்த்து விட்டு,

“இவளுக்கா...? இவ அகராதிலயே அந்தப் பயம் கிடையாதே!” என்றார்!

நான் திரு திருவென்று விழித்துக் கொண்டிருந்தேன்!அது திட்டா பாராட்டா என்றே புரியவில்லை!

பாதிக்கு மேல் ஒரே வாரத்தில் கொட்டி விடவே வீட்டில் கவலைப்பட ஆரம்பித்தார்கள்.

அம்மா பக்கத்து ஊரில் உள்ள புகழ் பெற்ற மருத்துவமனைக்கு எல்லாம் என்னை அழைத்துப் போனார்.

(முட்டத்துர்... அமெரிக்கன் மருத்துவமனை!

சேத்பட்... ஜெர்மன் மருத்துவமனை!)

ம்ஹூம்! கற்றைத் தலைமுடி உதிர்ந்து ஒற்றைப் பிரியாய் நின்றது! அப்படியே மண்டை தெரிந்தது!

மீதி இருப்பதும் கொட்டிப் போய் விட்டால் என்ன செய்வது என்ற ஒரே கவலைதான் எனக்கு.

மீண்டும் பள்ளிக்குப் போக இரண்டு மாதமாவது ஆகும். அதற்குள் கொஞ்சமாவது தலையில் முடி முளைத்தால் போதும் என்று இருந்தது.

ஆனால் அதற்கு ஏதும் அறிகுறியே தென்படவில்லை!

எங்கள் வீட்டின் பின்புறம் ஒரு பெரிய குடும்பம் இருந்தது. அவர்கள் வீட்டின் பின்புறம் வந்து நின்று அம்மாவோடு பேசுவார்கள்.

இடையில் ஒரு காலிமனை.

முள் வேலிக்கு இந்தப் பக்கம் இருந்து அம்மா கவலையோடு என் பிரச்னை பற்றிச் சொல்லிக் கொண்டு இருந்தார்.

அந்த மூதாட்டி,

"நாளைக்கு ஒரு படிகாரக் கல்லு வாங்கி ஒரு சொம்பு தண்ணி கையில குடுத்து அனுப்பு. குளிக்கறதுக்கு முன்ன காலையில அனுப்பிடு. மந்திரிச்சு அனுப்பறேன்…" என்றார்.

அம்மா, "சரி பூமா! அனுப்பறேன்…" என்றார்.

பூமா என்பது முஸ்லிம் மூதாட்டிகளை மரியாதையுடன் அழைக்கும் வார்த்தை எங்கள் ஊரில்.

மறுநாள் சொன்னபடி கிளம்பிப் போனேன்.

பூமா ஒரு மணை போட்டு அதில் அமர வைத்தார். அருகில் அடுப்பு எரிந்து முடித்து இருந்தது.

தீக்கங்குகள் மட்டும் ஜொலித்துக் கொண்டு இருந்தன.

பூமா படிகாரக் கட்டியைத் தன் கையில் எடுத்துக் கொண்டார். இன்னொரு கையில் நான் கொண்டு போன சொம்பு நீர்.

நிதானமாய் ஏதோ முணு முணுக்கத் தொடங்கினார்.

பிறகு படிகாரத்தை ஊதி விட்டு, நீரை ஊதி விட்டுப் பிறகு என் உச்சந்தலையில் ஊதினார்.

இதே போல் சிலமுறை செய்து விட்டு என்னிடம் சொன்னார்…

"இங்க பாரு…இப்போ இந்தப் படிகாரத்த நெருப்புல போடப் போறேன்.

கண் திருஷ்டி இருந்தா இது ஒரு உருவமா தெரியும்.

இல்லன்னா அப்படியே இருக்கும். பாரு…"

நெருப்பில் போட்டார். நான் பார்த்துக் கொண்டே இருந்தேன்…

கொஞ்சம் படபடப்பு…கொஞ்சம் சுவாரசியம்…கொஞ்சம் கிண்டல்!

"பூமாவுக்குப் பொழுது போகல! நான் சிக்கிட்டேன்!"...மனசுக்குள் தான்...!

பூமா ஒரு இரும்புக் கரண்டியால் அந்தப் படிகாரத்தை அடுப்பில் இருந்து வெளியே தள்ளினார்!

எனக்குத் தூக்கி வாரிப் போட்டது! அதிர்ச்சியில் பேச்சே வரவில்லை!

அந்தப் படிகாரக்கல் சிறு பொம்மையாய் உருமாறி இருந்தது!

சிறிய தலை, சற்று நீண்டதொரு உடம்பு, குச்சி குச்சியாய் இரண்டு கால்கள்!

பூமா அதே நிதானத்துடன் இருந்தார். துளியும் பதறவில்லை.

என் கைகளை தலையை வருடி விட்டு,

"எழுந்து கை காலை உதறு! போய் தலை குளிச்சுட்டு இந்தத் தண்ணியை கடைசியா தலையில ஊத்து!

திரும்பிப் பாக்காம போ!" என்றார்.

நான் சமாளித்து வீடு வந்து சேர்ந்தேன்.

சொன்னபடி செய்தேன்.

சொன்னால் நம்ப மாட்டீர்கள்! அன்று முதல் ஒரு முடி கூட உதிரவில்லை!

அதே வாரம் குப்பென்று நாற்று நட்ட வயல் போல் தலை முழுவதும் புது முடிகள்!

அம்மாவும் நானும் போய்ப் பூமாவைப் பார்த்தோம். அம்மா கேட்டார்,

"என்ன பண்ணீங்க பூமா? அதிசயமா இருக்கு. எத்தன மருந்து போட்டேன்! ஒண்ணும் கேக்கல! இப்ப எப்படி சரியாச்சு?"

பூமா சொன்னார்...

"எப்பேர்ப்பட்ட தலைமுடி உங்க பொண்ணுக்கு! அடர்த்தியும் நீளமுமா வச்ச கண்ண எடுக்காம இல்ல பார்க்கணும்!

எத்தன பேரு கண்ணு பட்டுச்சோ! கல்லு ஒரு மனுஷனா இல்ல வந்து விழுந்துச்சு!

அத்தனையும் திருஷ்டி!"

43.
ஓவியம்

அது 1981 ஆம் ஆண்டில் ஒருநாள். எங்கள் +1 வகுப்புக்குப் புதிதாய் உயிரியல் ஆசிரியர் வந்தார். எல்லோருக்கும் பரபரப்பு, கூடவே கொஞ்சம் பயம்! எப்படி இருப்பாரோ...!

புது ஆசிரியர் திரு. சீதாராமன் ஒவ்வொரு மாணவர் அருகிலும் நின்று இரண்டு நிமிடங்கள் பேசி விட்டுக் கடந்தார். ஒரு ஏட்டைப் பார்த்து விட்டு "இது என்ன?" என்றார். "தவளை சார்!"

"தயவு செஞ்சு அதைக் கீழே எழுதிடுப்பா! என்னன்னு எனக்கும் தெரியல! அதுக்கும் தெரியாது!" நாங்கள் லேசாய் சிரித்துக் கொண்டோம்.

என் அருகில் வந்து நின்று விட்டு என் பெயரை மறுமுறை கேட்டுக் கொண்டே என் உயிரியல் ஏட்டைப் பிரித்துப் பார்க்கத் தொடங்கினார். எனக்குக் கை மெல்ல உதறத் தொடங்கியது. மிகச் சரியாக அந்தப் பக்கம் அவர் கண்ணில் சிக்கி விட்டது. முகத்தில் எதையும் காட்டிக் கொள்ளாமல், "இது தங்கராஜ் சார்தானே?" என்றார்.

அந்தப் பக்கத்தில் என் முந்தைய உயிரியல் ஆசிரியர் நாற்காலியில் சாய்ந்தபடி கால்களை மேசையின் மீது வைத்து இருந்தார்! எனக்கு வியர்த்துக் கொட்டியது! பேச்சே வரவில்லை! தட்டுத் தடுமாறி "ஆமாம் சார்!" என்றேன். அவர் ஏட்டை எடுத்துக் கொண்டார்.

"கிளாஸ் முடிஞ்சதும் என்னை லேப்ல வந்து பாரு!"

எனக்கு "அப்பாடா! இங்க திட்டல! லேப் போய் திட்டு வாங்கிக்கலாம்!" என்று நிம்மதியாகி விட்டது.

இன்னொரு அல்ப சந்தோஷம் இவர் புது ஆசிரியர்! பக்கத்துப் பள்ளியில் இருக்கும் என் அம்மாவைத் தெரியாது! ஏற்கெனவே என்

ஆசிரியர்கள் இரண்டு பேர் என் அம்மாவின் முன்னாள் மாணவர்கள். (அந்தக் கொடுமை எல்லாம் சொன்னால் புரியாது!)

தயங்கிக் கொண்டே ஆசிரியர் அறைக்குள் நுழைந்தேன். உற்சாகமாய் "வா! வா!" என்றார்.

"என்ன தத்ரூபமா வரைஞ்சிருக்க! எங்கே கத்துகிட்ட? இந்த ஊர்ல அந்த வசதி எல்லாம் கிடையாதே?"

எனக்குச் சட்டென்று ஒரு நிம்மதியும் மகிழ்ச்சியும் ஒருசேர வந்தன!

பிறகு ஆசிரியர் அவர் வரைந்த ஓவியங்களைக் கொண்டு வந்து கொடுத்து எனக்கு வரையச் சொல்லித் தந்தார். அந்தப் பிரியம் இன்றுவரை மறக்கவில்லை!

சென்ற வாரம் திரு. அருண் அவர்களிடம் "சிலை ஒளிந்த கற்கள்" புத்தகத்தைக் கொடுத்த பிறகு பக்கத்தில் கடற்கரை சென்று இருந்தோம். பெசன்ட் நகர் கடற்கரை. சற்று தூரம் நடந்து விட்டு நான் அமர்ந்து விட்டேன். குடும்பத்தினர் சென்று கடலில் கால் நனைத்து விட்டு வந்தனர். என் அருகில் வந்து,

"உட்காரு! ஒரு படம் வரையலாம்!" என்றார்கள். ஒரு இளைஞன் கையில் ஒரு ஏடும் ஒரு பென்சிலுமாய் வந்தார்.

"ஒரு ஐந்து நிமிஷம் அசையாம உக்காருங்க. வரைஞ்சு முடிச்சிடுவேன்..." என்றார்!

வரைந்து கொடுத்தார்! உண்மையாகவே நன்றாக வரைந்திருந்தார்! அவர் பெயரைக் கேட்டேன். "இந்திரஜித்!" என்று சொன்னார். என் பதிவில் போடலாமா என்று கேட்டு அனுமதி வாங்கிக் கொண்டேன்.

ஒரு ஆளைப் பார்த்து அதே சாயலில் வரைவதைப் பிரமிப்புடன் பார்த்துக் கொண்டிருந்தேன். என்ன ஒரு திறமை!

அவர் வரைவதைப் பார்த்தபோது கொஞ்சம் கூச்சமாகக் கூட இருந்தது!

"இவர் அஞ்சே நிமிஷத்தில் வரையறார்! நாம முக்கால்மணி நேரம் செலவு செஞ்சு ஒரு படத்தை வரைஞ்சுட்டு... Avds சாரை வேற நாம ஒரு ஓவியர்னு நம்ப வச்சிருக்கோம்! பாவம் சார்! அடுத்த முறை பேசும்போது இதைச் சொல்லிடணும்!" என்று நினைத்துக் கொண்டேன்!

44.
பயம்

பதினொன்றாம் வகுப்பு அறிவியல், கணிதம் இரண்டும் இருக்கும் முதல் குரூப் சேர்த்து விட்டார்கள் என்னை. அப்பா அடிக்கடி கிராமத்து மரணங்களைப் பற்றி சொல்லிக் கொண்டே இருப்பார். என் பெரியம்மா பத்தொன்பது வயதில் பிரசவ நேரத்தில் மருத்துவ உதவி கிடைக்காமல் இறந்து போனதைச் சொல்வார். ஒரு மருத்துவராகி மக்களுக்கு நான் சேவை செய்ய வேண்டும் என்று அவருக்கு ஆசை!

அப்போதெல்லாம் நன்றாகப் படித்தால் உடனே மருத்துவர் ஆகி விட வேண்டும் என்று வீட்டில் கனவு காண்பார்கள்! என் விருப்பம் என்னவோ கறுப்பு அங்கிதான்!

என் வயதுப் பெண்களைப் போல் நான் இல்லை அப்போது. "அவ எதுக்கும் பயப்படவே மாட்டா! தைரியசாலி!" என்பார்கள்.

என் அப்பா சும்மா இருக்காமல் அவ்வப்போது ஒரு அறிக்கை விடுவார்... "என் பொண்ணு (நான்தான்!) நாட்டை ஆளற ஜாதகம்!"

இதை எல்லாம் கேட்கும்போது என் மனக் கண்ணில் ஜான்சி ராணி, வேலு நாச்சியார், சாண்டில்யனின் கத்தி சண்டை போடும் இளவரசி எல்லோரும் வந்து போவார்கள்! "சரி... நம்ம பேரும் இந்தப் பட்டியலில் வந்து சேரும் போல...!" என்று நினைத்துக் கொண்டிருந்தேன்! அதற்கு ஆப்பு ஜாலினிப் பாட்டி வடிவில் வந்தது!

ஊரிலிருந்து வந்த பாட்டியை அண்ணாமலை மருத்துவரிடம் அழைத்துப் போகும் பொறுப்பை என்னிடம் தந்தார்கள். பாட்டி சொல்வதை விளக்கமாய்ச் சொல்லி மருந்து வாங்கி வர வேண்டும்.

வீட்டை விட்டு இறங்கியதும் "பாட்டி! ரிக்ஷா கூப்பிட்டு வரவா?" என்று சிரத்தையுடன் கேட்டேன். பாட்டி என்னை முறைத்து விட்டு "எதுக்கு செலவு? எல்லாம் நான் நடப்பேன்... வா! அப்பிடி என்ன நடக்க முடியாம போயிட்டேன்...?" என்றார்.

மருத்துவரிடம் போனோம். எங்கள் முறைக்குக் காத்திருந்தோம். அப்போது ஒரு சிறுவனைத் தூக்கி வந்தார்கள். ஒரே கூச்சல். அரிவாள் மணையில் காலை வைத்து விட்டான் என்று அலறிக் கொண்டே சொன்னார்கள். மருத்துவர் வெளியே வந்து விட்டார். நான் சற்று எட்டி அந்தப் பையனின் காலைப் பார்த்தேன். அவ்வளவுதான் எனக்கு ஞாபகம் இருக்கிறது!

மீண்டும் நினைவு வரும்போது மருத்துவரின் அறையில் நான் படுத்திருந்தேன்! அவர் என்னைப் பெயர் சொல்லி அழைத்துக் கொண்டு என் முகத்தருகே பார்த்துக் கொண்டிருந்தார்!

அப்புறம்... அப்புறமென்ன! ஜாலினிப் பாட்டி ஒரு ரிக்ஷாவில் என்னை ஏற்றிக் கொண்டு வீடு வந்து சேர்ந்தார். கதை முடிந்தது! அத்தோடு என் அப்பாவின் கனவும்...!

45.
ஆசிரியர்

உறவினர் வீட்டுக்கு விழுப்புரம் போயிருந்தேன். மறுநாள் திங்கள்கிழமை. தனம் அக்கா "சினிமாவுக்குப் போகலாம், லீவ் போட்டுடு" என்றார். அன்று பிசிக்ஸ் லேப். +2 வில் லீவ் போடக் கூடாது என்று சார் கண்டிப்பாய் சொல்லி இருந்தார். கொஞ்சம் தயங்கினாலும் கும்பலாய்ப் படம் பார்க்கும் ஆசையில் தியேட்டருக்குப் போய் விட்டேன்.

சகலகலா வல்லவன் படம். பாதிவரை ஜாலியாய்ப் படம் பார்த்தோம். இடைவேளை! ஏதோ தெரிந்த குரலாய் இருக்கிறதே என்று திரும்பிப் பார்த்தால் பிசிக்ஸ் சார்!

ஐயோ! நான் சட்டென்று திரும்பி விட்டேன். பிறகு வாய் திறக்க வில்லை. அவர் கண்ணில் படாமல் ஒளிந்து வேனுக்கு வந்தது தனிக்கதை!

மறுநாள் ஒரே குழப்பம். "ஏன் லீவ் போட்டாய்?" என்று கேட்டால் என்ன சொல்வது? பொய் சொன்னால் எப்படியும் தெரிந்து விடும். "சினிமா பார்க்க தைரியம் இருந்துது, சார் கிட்ட சொல்ல மட்டும் பயமா இருக்கா?" என்று அம்மாவின் கிண்டல் வேறு. அப்பா முடிவு சொன்னார். "நீயாப் போய் சொல்லாதே. ஆனா அவர் கேட்டா சொல்லிடு!" என்ன ஒரு பதில்!

நான் பயந்து கொண்டே ஸ்கூல் போனேன். சார் என்னைக் கேட்கக் கூடாது என வேண்டிக் கொண்டேன்.

சார் வந்தார். வருகைப் பதிவேட்டை எடுத்தார். என்னிடம் "ஏன் லீவ்?" என்று கேட்டே விட்டார்!

நான் பேசாமல் எழுந்து நின்றேன். "என்ன?" என்றார். நான் மெதுவாய் சொன்னேன் "சினிமாவுக்குப் போனேன் சார்!" அவர் நிமிர்ந்து பார்ப்பதற்குள் வேகமாய் "உங்களைக் கூட பார்த்தேன் சார்!" என்றேன்.

சார் பேனாவை கீழே வைத்தார். உற்சாகமாய் "விழுப்புரமா வந்த? ஏன் வந்து பேசல? என் சிஸ்டர் இருந்தாளே! உனக்குக் காட்டி இருப்பேன் இல்ல?" என்றார்!

நான் திகைத்துப் போய் நின்றிருந்தேன். ஆசிரியர் என்று எங்கள் மனதில் அதுவரை இருந்த பிம்பத்தை உடைத்தவர் அவர். எங்கள் அனைவருடனும் மிகுந்த அன்போடும் எளிமையோடும் பழகும் அரிய மனிதர். திரு. வைத்திய நாதன்! இன்றும் அவரிடம் படித்த எங்களோடு தொலைபேசித்தொடர்பில் இருக்கிறார் 36 ஆண்டுகளுக்குப் பின்னும்!

46.
உள்ளிருந்து வரும் உண்மை

நான் +1 படித்துக் கொண்டு இருந்த போது மாவட்டங்களுக்கு இடையேயான பேச்சுப் போட்டியில் தேர்வாகி இருந்தேன்.

அடுத்த கட்டப் போட்டிக்கு கடலூர் செல்ல வேண்டும். ஆசிரியர் துணைக்கு வருவார். ஆனால் அம்மா சற்றுத் தயங்கினார்.

நான் விடவே இல்லை. கடலூரில் வென்று விட்டால் "மாநிலத்தில் பேச்சுப் போட்டியில் வென்ற மாணவி!" என்ற பெயர் கிடைக்கும்!

எப்படிப் பட்ட பெருமை!

அம்மா தன் பள்ளியில் விடுமுறை எடுத்துக் கொண்டு என்னுடன் வந்தார்.

முதல் சுற்றில் பேசக் காத்திருக்கும் போது அம்மாவுக்குத் தெரிந்த ஒரு ஆசிரியை வேறு ஒரு மாவட்டத்தில் இருந்து வந்து இருந்தார்.

அருகில் வந்து பேசி விட்டு என் வயதுடைய தன் மகனைக் காட்டி,

"நல்லா பார்த்துக்கோங்க! இவன்தான் ஸ்டேட் ஃபர்ஸ்ட் வரப் போறான்! அப்படி தயார் பண்ணி இருக்கேன்! உங்க கிட்ட அப்புறம் பேசறேன்!" என்றார்.

தன் மகனிடம் திரும்பி,

"அந்த வணக்கம் சொல்லும்போது கையை எப்படி வச்சுப்ப?" என்றார்!

அவர் மகன் யோசித்து விட்டு ஒரு மாதிரி வைத்துக் கொள்ள, அவர்

"இந்தக் கை இல்ல... அந்தக் கை!" என்றார்.

எனக்குச் சிரிப்பை அடக்க முடிய வில்லை! எங்கே சத்தமாய்ச் சிரித்து விடுவேனோ என்று அம்மா என்னை அந்த இடத்தை விட்டு அழைத்துப் போய் விட்டார்!

சற்றுத் தூரத்தில் அமர்ந்து அந்த அம்மா தன் பிள்ளைக்குக் கை கால் ஆட்டி சொல்லித் தருவதை வேடிக்கை பார்த்துக் கொண்டு இருந்தோம்!

அவர் திடீர் என்று எங்களை நோக்கி வந்தார்.

(நான் சிரிக்கக் கூட இல்லையே...!)

"என்ன டீச்சர்! உங்க பொண்ணு சும்மா உக்காந்து இருக்கு? எதுவும் சொல்லித் தர மாட்டீங்களா?

என்னவோ திருவிழால வேடிக்கை பாக்கற மாதிரி பாக்குது!

ஸ்டேட் லெவல்னா சும்மா இல்ல! சீரியஸா பேசிப் பார்க்கணும்.

நான் போன வருஷம் ஜெயிச்ச பையனைப் பிடிச்சு அவன் எப்படிப் பேசினான்னு கேட்டேன்!

அதே மாதிரி என் பையனுக்குச் சொல்லிக் குடுத்துட்டேன்!

நீங்க என்னடான்னா...!" என்றார்!

நான் அவரை சுவாரசியமாய்ப் பார்த்தேன்!

அவர் பேச்சில் என் அம்மா அரண்டு போய் விட்டார்!

பட்டும் படாமல் பதில் சொன்னார்!

"என்னவோ... உங்க மாதிரி நான் மெனக்கெடல! அவளுக்கு என்ன வருதோ பேசட்டும். பரிசில் என்ன இருக்கு!

ஒரு அனுபவம் வரட்டுமேன்னு கூட்டிக் கிட்டு வந்தேன்.

வேற ஒண்ணுமில்ல...!"

போட்டி தொடங்கியது. நான் கடைசி ஆளாய்ப் பேசி விட்டு வந்தேன்.

என் அம்மா கொஞ்சம் படபடப்பாய் முடிவுக்குக் காத்திருந்தார்.

என் ஆசிரியர் வந்து,

"வாங்க தமிழம்மா! சாப்பிடலாம். முடிவு அவங்க என்ன சொல்றது! நமக்குத் தெரியாதா!" என்றார்.

என் ஆசிரியர் இளங்கோவன் என் அம்மாவின் மாணவர்!

சாப்பிட்டு வந்த உடனே முடிவு சொல்லி விட்டார்கள்.

எனக்கு மாநிலத்தில் முதல் பரிசு என்று! அம்மாவுக்குக் கண்கள் லேசாகக் கலங்கி விட்டன!

அம்மாவின் தோழி வேகமாய் வந்தார்!

"இத்தனை தூரம் சொல்லிக் கொடுத்துட்டு ஒண்ணுமே தெரியாத மாதிரி இருந்தீங்க!

யார் கிட்ட போய் கத்துக்கிட்டு வந்தா உங்க பொண்ணு?" என்றார்.

அம்மா பொறுமையாய் சொன்னார்.

"நான் எப்பவுமே அவளைக் கையை இப்படி ஆட்டு.. முகத்தை அப்படி வைன்னு சொன்னதே இல்ல.

என்ன பேசறோம்னு புரிஞ்சு பேசு. அப்போ உன் பாவனை எப்படி வருதோ அப்படியே இருன்னு தான் சொல்லி இருக்கேன்.

பேச்சு உள்ளே இருந்து அவளுக்கு வரும். அவ ரசிச்சுப் பேசுவா. பயப்பட மாட்டா!

யாரும் சொல்லிக் குடுத்து எதுவும் வராது.

உள்ள என்ன இருக்கோ அதான் வரும்."

உண்மையில் என் அம்மா என்னிடம் அதுவரை நேரில் சொல்லாத அறிவுரை அது!

ஒருவேளை எனக்கு அப்போதுதான் புரிந்ததோ என்னவோ!

ஆனால் என் குணத்தை வடிவமைத்ததில் பெரும் பங்கு அந்த வரிகளுக்கு உண்டு.

பிறகு வந்த வாழ்க்கையில் நான் யாருக்காகவும் எதற்காகவும் என் அடிப்படை குணத்தை மாற்றிக் கொண்டது இல்லை.

பிறருக்கு என்னைப் பிடிக்க வேண்டும் என்று எந்த ஒரு முயற்சியிலும் இறங்கியது இல்லை.

"நான் இப்படித்தான்!" என்று என் இயல்பு மாறாமல் இருந்து விடுகிறேன்!

சில நேரம் மாற வேண்டும் என்றால் அப்படி மாறிக் கொள்வதும் என் இயல்பு என்று புரிந்து கொள்கிறேன்.

பின் குறிப்பு: அந்தப் பரிசை வாங்கும் போது கூட அதன் மதிப்பு எனக்கு அவ்வளவாய்ப் புரியவில்லை!

மறு நாள் ஊருக்கு வந்து பள்ளிக்குச் செல்ல சற்றுத் தாமதம் ஆகி விட்டது.

உள்ளே நுழைகிறேன்...காலை நேரப் பள்ளிக் கூட்டம் திரும்பி என்னைப் பார்க்கிறது!

அந்த இரண்டாயிரம் சொச்ச மாணவர்கள் நடுவே இருந்து என் ஆசிரியர் திரு. வைத்தியநாதன் என்னிடம் ஓடி வருகிறார்!

"கங்க்ராஜுலேஷன்ஸ் நிபு...! பரிசைக் கொடு. பிரேயர் உனக்காக நிக்குது பார்!"

என்று பரிசுப் புத்தகங்களை வாங்கிக் கொண்டு ஓடுகிறார்!

நான் திகைத்துப் போய் சில வினாடிகள் நின்று விட்டுப் பிறகு ஓடுகிறேன்!

அவர் சத்தமாய் அறிவிக்க மொத்த பள்ளியும் விடாமல் கை தட்டுகிறது!

ஒரு மாணவியின் வெற்றியில் அப்படிப் பூரித்துப் போன ஆசிரியரும், தானே வென்றது போல் மகிழ்ந்த பள்ளியும் எனக்கு இன்னும் மறக்கவில்லை...!

47.
சிரிப்பு

நான் +2 படித்துக் கொண்டிருந்தேன். அது ஒரு மழைக்கால காலை நேரம். மழை வந்தால் மயில்கள் ஆடுமாம்.நான் விடாது தும்மல்போடுவேன்.எனவே வழக்கம் போல் டாக்டரிடம் போகச் சொல்லி விட்டார்கள்.

சாதாரணமாய் கடைக்குப் போவது போல நானும் கிளம்பிப் போய் விட்டேன். உள்ளே நுழையும் போது *kvk* டாக்டரும் மேலே வீட்டில் இருந்து கிளினிக்கில் நுழைந்தார்.

என்னைப் பார்த்ததும், "மேல போய் அக்கா கிட்டே காபி குடிச்சிட்டு வா!" என்றார் (குடும்ப டாக்டர்!)

"நான் ஸ்கூல் போகணும்" என்று சொல்லிக் கொண்டே அவருடன் உள்ளே நுழைந்தேன்.

என் வயதில் ஒரு பெண்ணும் அவள் அம்மாவும் இருந்தனர். டாக்டர் "என்ன?" என்று கேட்க "காது வலி" என்றாள்.

டாக்டர் என்னை உட்காரச் சொல்லி விட்டு அவள் காதைப் பார்த்தார்.

அவள் அம்மாவிடம் "என்ன ஊத்தினே?" என்றார்.

அந்த அம்மா தயங்கி, "எண்ணெயைக் காச்சி ஊத்தினேன்", என்றார்.

அவ்வளவுதான்! டாக்டர் அம்மா பக்கம் திரும்பி கைகளை மோவாய்க்கு அடியில் முட்டுக் கொடுத்து வசதியாய் உட்கார்ந்து கொண்டு,

"எப்படி ஊத்தின?" என்றார்.

“மிளகா ஒட்டுல நல்லெண்ணையைக் காச்சி....”

“அப்புறம் ?”

“அதுல ஒரு பல்லு பூண்டு போட்டேன்!”

“அப்புறம்?”

“ஒரு கல்லு உப்பு...

அவ்வளவு தான்!”

“ஏன்? கொஞ்சம் புளியக் கரச்சு ஊத்த வேண்டியது தானே? காதுக்குள்ள கொழம்பு வச்சிருக்க! புளிய மட்டும் விட்டுட்டியே!”

என்றார் டாக்டர்!

அவர் முக பாவனைகளையும் அந்த அம்மா முகம் போன போக்கையும் பார்த்து நான் வெகு நேரம் சிரித்துக் கொண்டிருந்தேன்!

வெறும் வருத்தங்களை நினைவு படுத்தும் ஒரு மருத்துவ மனையில் அந்த அளவு சிரித்தது வாழ்வில் மறக்க முடியாத ஒன்றாகி விட்டது!

48.
ஒரு ஆ "சிறியர்"...!

உயர்நிலைப் பள்ளி வரை தனித்தனியாய்ப் படித்து விட்டு மேனிலைப்பள்ளியில் மாணவர்களும் மாணவிகளும் ஒன்றாகப் படித்த காலம் அது. (1981)

ஆங்கில வழி வகுப்பில் பத்து மாணவர்கள், நாங்கள் ஏழு மாணவிகள். எனவே மொழிப் பாட வகுப்புக்கு இன்னும் இரண்டுவகுப்பு மாணவர்கள் சேர்ந்து கொள்வார்கள்.

அவர்கள் அனைவருமே இருபது வயதை நெருங்கியவர்கள் அல்லது கடந்தவர்கள்.

மொழி ஆசிரியர் உள்ளே வந்த உடனே அந்த மாணவர்கள் மேசையைத் தட்டி கூச்சலிட்டு ஒரு வரவேற்பு கொடுப்பார்கள்.

ஆசிரியர் பெருமையாய்ச் சிரித்து விட்டுத் தொடங்குவார்.

தினம் ஒரு கதை! அதில் பெண்களை மட்டம் தட்டியும் பெண் உடலைப் பற்றியும் பேசுவதே அவர் குணம்.

அவர் 'மெட்ராஸ்' போன போது ஆண் உடை அணிந்த பெண்களைப் பார்த்ததாய்ச் சொன்னவுடன் கைத்தட்டல் கிளம்பும்.

அவர் கை படக் கூடாத இடத்தில் பட்ட பிறகு தான் பெண் என்று தெரிந்தது என்று ஆபாச சைகையுடன் சொன்னதும் மேசைகள் அதிரும். பெண்கள் தலையைக் குனிந்து கொள்வர்.

நான் ஆசிரியர் குடும்பத்துப் பெண் என்பதால் இயல்பாகவே ஆசிரியர்களிடம் மரியாதை கொண்டவள்.

ஆனால் இந்த ஆசிரியர் மீது எனக்குப் பயங்கர கோபம்...சிறிதும் மரியாதை வரவே இல்லை.

நான் நேரம் பார்த்துக் காத்திருப்பேன். அந்தப் பாடவேளை முடிவதற்குள் பதிலடி கொடுத்து விடுவேன்.

"ஜப்பான் முன்னேறுது. நம்ம நாடு ஏன் முன்னுக்கு வரல? நீங்கதான் புத்திசாலி ஆச்சே! சொல்லுங்க!" (என்னைத் தான்!)

நான் பொறுமையாய் எழுந்து,

"அந்த ஊர்ல பொண்ணு உடம்புல கை பட்ட ஜோக் சொல்ற கேவலமான ஆசிரியர் யாரும் இருக்க மாட்டாங்க அய்யா!"

மாணவர்கள் இந்த என் பதிலுக்கும் வகுப்பை அதிர அடிப்பார்கள்.

என் பெற்றோர் தெளிவாய் எனக்குச் சொல்லி விட்டார்கள்.

"அந்த ஆள் உன்னை ஒண்ணும் பண்ண முடியாது. நீ பதில் பேசு. ஆனா எவ்வளவு கோபம் வந்தாலும் ஒருமையில் பேசாத. சத்தம் போட்டுப் பேசாத. நாள பின்ன பஞ்சாயத்து வந்தா அந்த ஆள் நீ மரியாதை கொடுக்கலன்னு சொல்லி தப்பிச்சுடுவான். ஜாக்கிரதை."

அந்த நாளும் வந்தது.

"தாலி பெண்ணுக்கு வேலி!"... ஆசிரியர்!

"அப்ப தாலி இல்லாத பொண்ணு..?" ...இது மாணவன்!

"அவுத்து விட்ட எதுவோதான்! மேய வேண்டியதுதான்!" ... ஆசிரியர்!

நான் மெல்ல எழுந்து நின்றேன்.

வகுப்பில் ஊசி விழுந்தால் கேட்கும் அமைதி.

நான் "அய்யா! இது எல்லோருக்கும் பொருந்தும் தானே?" என்றேன்.

அவர் குழப்பத்துடன் "ஆமாம்," என்றார்.

"அப்ப நீங்க சொன்னது உங்க மனைவிக்கும் உங்க மகளுக்கும் கூட பொருந்தும் இல்ல?

போய்க் காவல் இருங்க! இங்க இருந்து எங்களைப் பார்த்து கமெண்ட் அடிக்க வேணாம்."

என்று சொல்லி அமர்ந்து விட்டேன்.

அவருக்குக் கோபத்தில் முகம் சிவந்து விட்டது! சட்டென்று வகுப்பை விட்டு வெளியேறி விட்டார்.

வகுப்பில் ஒரே பேச்சு...விவாதம். நான் கவலையே படவில்லை!

அரை மணி நேரத்தில் தலைமை ஆசிரியர் அறையில் இருந்து அழைப்பு வந்தது. உடன் வருவதாக சொன்னவர்களை வேண்டாம் என்று சொல்லி விட்டுத் தனியாய்ப் போனேன்.

என் வகுப்பாசிரியர் வாசலில் நின்று இருந்தார். விவரம் கேட்டார். சொன்னேன்.

அறையின் உள்ளே எனக்கு மற்ற பாடங்கள் எடுக்கும் ஆசிரியர்கள் பதில் சொல்லிக் கொண்டு இருந்தார்கள்.

அவர்கள் அனைவரும் எங்கள் மீது அக்கறை கொண்டவர்கள்!

(அந்தப் பொண்ணா? ரொம்ப மரியாதையான பொண்ணு சார்!)

நான் உள்ளே அழைக்கப் பட்டேன்.

தலைமை ஆசிரியர் , "வாம்மா!" என்றார்!

நான், "சொல்லுங்க சார். கூப்பிட்டீங்க ன்னு சொன்னாங்க." என்றேன்.

"என்னம்மா சொன்ன நிபுணமதி? ஒரு ஆசிரியரை மரியாதைக் குறைவா பேசினதா சொல்றார். என்ன நடந்தது?"

நான் விளக்கமாய் சொன்னேன். பெண்கள் சுவர் பார்த்தும் தலை குனிந்துமே அந்த வகுப்பில் அமர்ந்து கொண்டு இருக்கும் சங்கடத்தைச் சொன்னேன்.

என் கோபத்தை அடக்கிக் கொண்டு இருப்பதையும் மற்ற மாணவிகள் அழுகையை அடக்கிக் கொண்டு இருப்பதையும் சொன்னேன்.

"ஏன் முதல்லயே வந்து சொல்லல? நீ போ! நான் பார்த்துக்கறேன்." என்றார்.

அடுத்த சில வாரங்களில் அந்த ஆசிரியருக்குப் பணி இட மாற்றம் வந்து விட்டது.

போகும்போது என்னிடம் தனிப்பட்ட முறையில் மன்னிப்பு கேட்டு விட்டுப் போனார்... ஏன் என்று தெரியவில்லை!

பிறகு தலைமை ஆசிரியர் மொழி ஆசிரியரிடம் பேசியது தெரிந்தது.

"ஸ்டேட் ரேங்க் எடுத்த பொண்ணு... நம்ம ஸ்கூல்ல படிக்கணும்னு அவங்க அம்மா கிட்ட பேசி சேர்த்து இருக்கேன்!

எதுக்கு உபத்திரவம் கொடுக்கறீங்க? அதுவும் பெண் பிள்ளைகளை ஆபாசமா பேசி கைத்தட்டல் வாங்க அசிங்கமா இல்லையா?"

வெகு நாட்கள் அந்தக் கோபம் மனதில் இருந்தது.

ஒரு ஆசிரியர் இப்படிச் செய்யலாமா? என்று மனம் குமுறிக் கொண்டே இருந்தது.

என் திருமணப் பத்திரிகையை, நானும் அம்மாவும் என் ஒன்றாம் வகுப்பு ஆசிரியைகளைக் கூட விடாமல் தேடித்தேடிப் போய்க் கொடுத்து அழைத்து வந்தோம்.

ஆனால் இன்று வரை நான் பார்க்க விரும்பாத ஆசிரியர் அவர் ஒருவர் மட்டும்தான்.

எல்லாக் காலங்களிலும் இது போன்று அல்ப புத்தி உள்ளோர் இருக்கத்தான் செய்கிறார்கள் என்று செய்திகளைப் பார்க்கும் போது தெரிகிறது.

ஆசிரியர் என்பது பணம் சம்பாதிக்கும் தொழில் அல்ல…! தன் வக்கிர புத்தியைக் காட்டும் இடமும் அல்ல…!

அது குழந்தைகளை வழி நடத்தும் ஒரு சிறந்த சேவை என்பதை உணர்பவர் மட்டும் ஆசிரியர் ஆக வேண்டும்.

49.
ஒத்த கருத்துகள்

நான் +2 படித்துக் கொண்டு இருந்த நேரம். தமிழ் ஆசிரியர் என்னை அழைத்து பட்டி மன்றம் குறித்துப் பேசினார்.

"இராமன் வாலியை மறைந்து நின்று கொன்றது குற்றமா_ இல்லையா.?"

"கற்பில் சிறந்தவள் கண்ணகியா மாதவியா?"

என்று தலைப்புகள் அலசப் பட்டன.

ஆசிரியர் கேட்டார், "நீ எந்தப் பக்கம் பேச நினைக்கிற?"

நான் சாதாரணமாய் சொன்னேன்,

"நீங்க எந்தப் பக்கம் பேசச் சொன்னாலும் நான் பேசுவேன் ஐயா! கண்ணகிதான் என்றும் பேசுவேன். மாதவியேன்னு அடிச்சும் பேசுவேன்.

ராமன் செஞ்சது குற்றம்னு பேசற அளவுக்கு குற்றம் இல்லைன்னு பேசவும் என் கிட்ட குறிப்புகள் உண்டு."

ஆசிரியர் சிரித்து விட்டு, "நீ தமிழம்மா பொண்ணுன்னு எனக்கு மறந்து போச்சு!" என்றார்.

எந்த ஒரு கருத்தையும் ஆமோதித்தால் என்ன ஆகும்... எதிர்த்தால் என்ன ஆகும் என்று யோசித்த பின்பே முடிவு எடுக்க வேண்டும். இது என் சிறு வயதில் புகட்டப் பட்ட பாடம்.

இரண்டு விதமாகவும் நாமே யோசித்து விடுவதால் எதிர்க் கருத்து வைப்பவர் என்ன சொல்லுவார் என்பது தெரிந்து விடும்.

அதற்கான பதில் நம்மிடம் தயாராய் இருக்கும்.

ஆனால் எல்லா நேரங்களிலும் நாமே எல்லா கோணங்களிலும் யோசிப்பது கடினம்.

என்ன செய்யலாம்?

மாறுபட்ட கருத்துகள் கொண்டவரை நட்பாக்கிக் கொள்ளலாம்!

நமக்குப் பிடித்தவை எல்லாம் மற்றவருக்கும் பிடித்து இருந்தால் நாம் உடனே அவரை நம் நட்பு வட்டத்தில் சேர்த்துக் கொள்கிறோம்.

எதனால் பிடிக்கும், ஏன் பிடிக்கும் என்ற கேள்வியே எழுவதில்லை.

திடீரென்று ஒருநாள் அவர் நம் கருத்துடன் மாறுபாடு கொள்ளும்போது நாம் அவரை விலக்கி விடுகிறோம்.

இது எந்த அளவிற்கு சரி?

நம் கருத்தை ஆம் என்று ஒப்புக் கொள்பவர் நமக்கு என்ன கற்றுத் தந்து விட முடியும்?

இல்லை என்று மறுப்பவர் அந்தக் கருத்தின் வேறு ஒரு கோணத்தை நமக்குப் புரிய வைக்கிறார்.

உறவுகளின் கருத்தில் முடிந்தவரை ஒத்துப் போய் விடுங்கள். அது உரசல்களைத் தடுக்கும்.

நட்பில் மனிதர்களை கவனமாய் தேர்ந்து எடுங்கள். ஒரு பிரபல துணுக்கு நினைவுக்கு வருகிறது!

"எனக்கு முயல்னா ரொம்பப் பிடிக்கும்!"

"எனக்கும் பிடிக்கும்! இன்னிக்கு அடிச்சு சமைச்சுடலாமா?"

முதல் ஆள் தலை சுற்றி விழுந்து விட்டார்! அவர் சுத்த சைவ உணவுப் பழக்கம் உள்ளவர்!

அவர் சொன்ன "பிடிக்கும்" என்பது முயலை ரசிக்கும் ரசனை! பின்னவர் சொன்னது முயலை ருசிக்கும் ரசனை!

நிறைய இடங்களில் ஒத்த கருத்து கொண்டவர்கள் என்பது இப்படித்தான் முடிந்து விடுகிறது.

நட்பில் மாறுபட்ட கருத்து இருப்போருடன் பழகிக் கொள்ளுங்கள்!

உறவில் பிறர் கருத்துடன் மாறுபடாமல் இருக்கப் பழகிக் கொள்ளுங்கள்!

50.
கூறு

என் பள்ளியின் எதிரே சாலையைத் தாண்டி பெரிய புளிய மரங்கள் இருக்கும்.

மரத்தடியில் பலவிதமான பொருட்கள் கிடைக்கும்.

நாவல் பழம், கொடுக்காப்புளி, களாக்காய், மாவடு, மாங்காய், அரி நெல்லிக்காய், தோப்பு நெல்லி, முந்திரிப் பழம், வேர்க்கடலை, இலந்தைப் பழம்...

(ஏதாவது விட்டுப் போயிற்றா..?)

இவை எல்லாம் அந்தந்தப் பருவத்தில் கூறுகள் கட்டி விற்கப் படும்.

மக்காச் சோளம், கரும்புத் துண்டு இவை தனித்தனியாய் இருக்கும். பனங் கிழங்கு கற்றை கட்டி இருக்கும்.

இதில் என்னை அதிகம் கவர்வது மாவடு தான்! சிறிய அளவு தொடங்கி நம் உள்ளங்கையில் அடங்கி விடும் அளவு பெரிதான மாவடுக்கள் கிடைக்கும்.

அதை ஏதோ போனோம்...வாங்கினோம் என்று எல்லாம் வாங்கி வந்து விட முடியாது!

எந்தக் கூறை எடுத்தாலும் ஒரே விலைதான். எதை எடுப்பது என்பது தான் சவால்!

சற்று பெரிய வடுக்கள் இருந்தால் எண்ணிக்கை குறைவாய் இருக்கும்.

சிறியவை என்றால் அதிகம் இருக்கும்.

லேசாய் அடி பட்டவை எனில் இரண்டு மடங்காய்த் தருவார்கள்.

நான் யோசித்துக் கொண்டே நின்று கொண்டு இருப்பேன். நல்ல காய்கள் ஏறக்குறைய எல்லாக் கூறுகளிலும் இருக்கும்.

நான் விற்பனை செய்யும் அக்காவிடம்,

"அக்கா! நல்ல பெரிய காயை தனியா வச்சா என்ன? நான் டக்குன்னு எடுத்துக்கிட்டுப் போயிடுவேன் இல்ல?" என்று கேட்டுச் சிரிப்பேன்!

"அப்ப சின்னது அடிபட்டதுல்லாம் யாரு கண்ணு வாங்குவாங்க?" என்பார்!

"சரிதாங்கா!" என்று இரண்டு கூறுகளை வாங்கிக் கொண்டு வந்து விடுவேன்.

வாழ்க்கை இது போல் பல நேரம் நம்மை யோசிக்க வைக்கிறது.

பழகும் நட்பும் உறவும் நம்மைப் பல நேரம் அடிபட வைக்கிறது.

வெகு சில நேரம் இதமாகவும் இருக்கிறது!

வெறும் இதமும் அன்பும் மட்டுமே வேண்டும் என்று தேடினால் அப்படி ஒரு உறவு சாத்தியமே இல்லை என்பது புரியும்.

அவரவர் சூழலைப் பொருத்து சீக்கிரமாகவோ தாமதமாகவோ இதைப் புரிந்து கொள்ளலாம். ஆனால் நிச்சயம் புரிந்து கொள்ள வேண்டும்.

எல்லா நேரமும் நற்குணங்கள் மட்டுமே கொண்ட ஒரு மனிதப் பிறவி என்பது ஒரு கனவு!

மனித மனம் பல கூறுகளை உள்ளே அடக்கியது அல்லவா!

கொஞ்சம் சுயநலம், கொஞ்சம் பொய், துளி துரோகம், கொஞ்சம் தற்பெருமை, பிறர் அழுகையில் மிக ரகசியமாய் ஒரு மகிழ்வு, நான் மட்டுமே நல்லவர் என்ற அசைக்க முடியாத எண்ணம் இவை எல்லாமே கலந்த ஒரு கலவை தானே மனிதர்கள்!

நமக்குத் தேவையான உணர்வுகளை, பேச்சை மட்டுமே நம்மிடம் வெளிப் படுத்தும் நபர் என்று யாரும் இருக்க முடியாது.

அதாவது, நம் கற்பனையில் இருக்கும் நமக்குப் பிடித்த மாதிரி ஒரு மனிதர்!

அப்படி இருப்பதாய் ஒருவர் நம்மை நம்ப வைத்தால் அது எதன் பொருட்டோ சொல்லப்படும் பொய்!

ஒரு நட்பை, உறவை நம் மனதிற்குள் வர அனுமதித்தால் எல்லா விதத்திலும் நாம் அனுசரித்துத்தான் போக வேண்டும்.

அதில் துவர்க்கும் பிஞ்சு இருக்கலாம்! அடிபட்ட இடத்தை அரிந்து போடும்படி இருக்கலாம்!

சில நேரம் வெம்பல் இருக்கலாம்!

ஆனாலும் என்ன...? பக்குவமாய் அரிந்து விட்டு உப்பும் காரமும் தூவித் தின்னாமல் இருக்கிறோமா என்ன...!

"ஐயோ! இந்த உறவே எனக்கு வேண்டாம்! இதில் எதுவும் சரியாய் இல்லை!" என்று யாரிடமும் பழகாமல் போனால் பிறகு வாழ்வில் என்ன சுவை இருக்கும்?

எந்த ஒரு மாவடுக் கூறை எடுத்தாலும் அதில் இருக்கும் அனைத்துக் காய்களையும் முடிந்தவரை தின்று விடுவது நல்லது!

அதே போல் எந்த ஒரு மனிதரை விரும்பினாலும் முடிந்தவரை குறை கூறி முகம் திருப்பாமல், விலகிப் போகாமல் சற்று உப்பு காரம் தூவி உறவை ருசியாக்கிக் கொள்வது நல்லது!

கொஞ்சம் அன்பு, கொஞ்சம் விட்டுக் கொடுத்தல், கண்டும் காணாமல் கடந்து போகும் சில பொய்கள்... இது போல் உங்களுக்குப் பிடித்த மசாலாக்கள் சேர்த்து வாழ்வை ருசியாக்கிக் கொள்ளுங்கள்!

ஏன் என்றால்.... வேறு வழி இல்லை!

51.
வேரில் வைத்த விஷம்

பள்ளிக் காலத்தில் திங்கள் அன்று சீருடை அணிந்து பள்ளிக்குச் செல்ல வேண்டும். ஆம் வாரத்தில் அப்போது ஒரு நாள்தான் சீருடை.

எங்கள் பள்ளி என்பது அரசுப் பள்ளி. செஞ்சியைச் சுற்றியுள்ள கிராமங்கள் அனைத்திற்கும் சேர்த்து இயங்கிய ஒரே பள்ளி. பல்வேறு பொருளாதார நிலையில் இருந்த அனைவரும் ஒரே இடத்தில், ஒரே படிப்பைப் படித்த காலம்.

சீருடை இல்லாத நாட்களில் அவரவர் வீட்டு வசதி உடைகளில் தெரியும் தான். ஆனால் அதை வைத்து யாரும் எந்த ஏற்றத் தாழ்வும் பார்த்து யாரையும் ஒதுக்கி வைத்தது இல்லை. எல்லோரும் கலந்து பழகும்போது வீட்டுக் கதைகளும் பேசிக் கொள்வோம்.

ஆடம்பரமான எதையும் வாங்கும் முன்பு யோசிக்க வேண்டும், அவசியமானதை வாங்கவே கஷ்டப் படும் குடும்பங்கள் உண்டு என்பது தானாகவே புரிந்து போயிற்று.

மேனிலைப் படிப்பை ஒன்றாகப் படித்த ஐந்து பேர் சேர்ந்து ஒரு தோழியின் வீட்டுக்குப் போனோம்... முப்பது ஆண்டுகள் கழித்து! தோழி பரபரப்பாய் மகனை உணவு வாங்க அனுப்பினாள். திடீரென்று கேட்டாள்... "ஏம்பா! யார் யாரு வெஜ் மட்டும் சாப்பிடுவீங்க? ரெண்டு வருஷம் ஒண்ணா படிச்சிருக்கோம்... இது கூடத் தெரியல... பாரேன்!"

ஆம்! சாதிகள் பற்றி எதுவும் பேசாமல்தான் வளர்ந்தோம்.

பள்ளிக் கட்டணம் கட்ட முடியாத பிள்ளைகளுக்கு அதைக் கட்டிய ஆசிரியர்கள் ஏராளம். அப்போது அவர்கள் சம்பளம் மிகக் குறைவு என்பதையும் மனதில் வைக்க வேண்டும்.

உண்மையில் இப்போது குழந்தைகள் மத்தியில் சமத்துவம் இருக்கிறதா?

தனியார் பள்ளிகள் எங்கெங்கும் உள்ளன. அவற்றின் கட்டணத்தை வைத்துதான் அவற்றைப் பிரித்துக் காட்ட முடியும். காரில் வரும் குழந்தைகள் தனிப் பள்ளி. நடந்து வரும் குழந்தைகள் பெரும்பாலும் அரசுப் பள்ளி. இடைப் பட்ட பொருளாதார நிலையில் உள்ளவர்களுக்கு அதற்கேற்றவாறு பல தனியார் பள்ளிகள் உண்டு.

தனியார் பள்ளிக் குழந்தைக்கு அரசுப் பள்ளி குழந்தையின் பிரச்னைகள், வளர்ந்த பிறகும் புரியுமா? அரசுப் பள்ளி மாணவன் காரில் போகும் மாணவன் மீது கொள்ளும் வெறுப்பு, அவன் வளர்ந்த பிறகு மட்டும் மாறி விடுமா?

பொருளாதார ரீதியில் மாணவர்களை முதலில் இருந்தே பிரித்து விட்டு என்ன செய்யப் போகிறோம்? ஒரு சமுதாயமாய்க் கூடி வாழும் வாய்ப்பை அவர்களுக்கு நாம் வழங்கவே இல்லையே?

ஆனால் எல்லா நாட்களும் சீருடை! எல்லோரும் சமம்! நாங்கள் ஒரு நல்ல சமுதாயத்தை உருவாக்கவே பள்ளி நடத்துகிறோம்! எத்தனை வெற்று வார்த்தைகள்!

அதையும் நம்பி நாமனைவரும் அவர்கள் பின்னால் ஓடிக் கொண்டிருக்கிறோம்!

இதில் பள்ளி மாணவர்கள் கையில் விதவிதமான கயிறுகள்! எங்கே போகிறோம்?

மேல் தட்டு மக்கள் முடிவு செய்து விட்டார்கள்... இது வாழத் தகுதியற்ற இடம் என்று. அவர்கள் பிள்ளைகள் படித்து வெளிநாடு சென்று விடுவார்கள். கீழ் தட்டில் கல்வியின் அவசியம் பெரும்பாலும் புரிவதில்லை. நடுத்தர மக்கள் வெளிநாடு போகும் ஆசை இருந்தும் போக முடியாமல் இந்த சமுதாயத்தை சபித்துக் கொண்டு, சகித்துக் கொண்டு வாழ்கிறார்கள். இப்படிப் பரஸ்பர வெறுப்பில் அடுத்த தலைமுறையை வளர்த்து எடுத்து விட்டு நாம் யாரைக் குற்றம் சொல்வது?

எப்போது அனைவருக்கும் ஒரே அரசுப் பள்ளி என்பது மாறத் தொடங்கியதோ அப்போதே இந்த மாற்றங்கள் தலையெடுக்கத் தொடங்கி விட்டன.

காசுக்கு ஏற்ற அளவில் கல்வி என்று ஆகி விட்டது.

கல்வி என்பது அவசியம் மட்டுமல்ல. அது அனைவருக்கும் சமமாய்க் கிடைக்க வேண்டும். அப்போதுதான் எல்லாப் படிநிலை மக்களும் ஒன்றாய் உறவாடி வாழ முடியும்.

இனியாவது இதைப் பற்றி யோசிக்கலாமா?

52.
அன்பு..! ஆயுதம்..? முதலீடு..?

கல்லூரி விடுதியில் சேர்ந்த புதிதில் ஏதோ என் கண்ணைக் கட்டிக் காட்டில் விட்டது போல் நடமாடிக் கொண்டிருந்தேன்.

என் வீட்டு உணவில் இருந்து முற்றிலும் வேறு வகையான உணவு. பொரியல், காய்கள், மோர் என்று உண்டு விட்டு பெயருக்குக் கொஞ்சம் சோறு வாங்கி உண்டு கொண்டு இருந்தேன்.

ஒரு நாள் காரக் குழம்பு என்று கொடுத்தார்கள். சாப்பிட்டால் அருமையாய் இருந்தது. தோழிகள் மீண்டும் கேட்ட போது ஆயா கொஞ்சம் நேரம் கழித்து வரச் சொல்லி கொஞ்சமாய் ஊற்றினார்.

அதைப் பார்த்து விட்டு நான் போய்க் கேட்கவே இல்லை! கேட்கக் கூச்சம், தயக்கம்!

"இல்லை" என்று சொல்லி விட்டால் நம் தன்மானம் (!) என்ன ஆவது!

அடுத்த வாரம் அதே கிழமை! வரிசையில் தட்டுடன் நின்று கொண்டு இருந்தேன். வார்டன் மேடம் சோறு போட்டுக் கொண்டு இருந்தார்.

நான் வழக்கம் போல் ஒரு கரண்டி போட்டதும் போதும் என்று தட்டை இழுத்துக்கொண்டேன்.

மேடம் என்னை நிமிர்ந்து பார்த்தார். தட்டை ஒரு கையால் இழுத்து இன்னும் இரண்டு கரண்டி சோறு வைத்தார்.

பக்கத்தில் இருந்த ஆயாவின் கையில் இருந்த கரண்டியை வாங்கித் தானே என் தட்டு நிறைய ஊற்றினார். காரக்குழம்பு!

நான் அவரையே பார்த்துக் கொண்டு நகராமல் நின்று இருந்தேன்.

"போய் ஒழுங்காச் சாப்பிடு!" என்றார்.

அடுத்து கொஞ்ச நேரத்தில் நிறைய பெண்கள் என்னிடம் வந்து கேட்டு விட்டார்கள்... "உனக்கு மேடத்தை முன்னமே தெரியுமா?"

"தெரியாதுப்பா!"

அவர் அதன் பிறகு கூட என்னைப் பார்த்து சிரித்ததோ கலகலவெனப் பேசியதோ கிடையாது. எல்லோரிடமும் நடந்து கொள்வதைப் போல் தான் என்னிடமும் இருப்பார்.

ஆனால் அந்த மூன்று ஆண்டுகளும் எனக்குத் தன் கையால் அதிக குழம்பு ஊற்றிக் கொடுத்துக் கொண்டு இருந்தார்!

நான் என் அம்மாவிடம் சொல்லிச் சொல்லி மாய்ந்து போனேன். என் அம்மா விடுதிக்கு வந்தாலும் அவரிடம் கனிவாகப் பேசுவார்.

எனக்குக் கடைசி வரை காரணமே தெரியவில்லை. பதிலுக்கு என்ன செய்வது என்றும் புரியவில்லை.

படிப்பு முடிந்து இரண்டு ஆண்டுகள் சென்ற பின் , என் திருமண அழைப்பிதழை அவருக்குக் கொண்டு போய்க் கொடுத்து அவர் கால் தொட்டு வணங்கினேன்.

அவர் முகத்தில் ஒரு சிறிய புன்னகை! மற்றபடி இயல்பாய்ப் பேசி அனுப்பினார்.

இன்று வரை நான் அந்த அன்பை மறக்கவே இல்லை.

எதுவும் எதிர்பார்க்காத ஒரு அன்பு!

போகிற வழியில் குறுக்கிடும் ஒரு குழந்தையைக் கடப்பது போல் ஒரு கனிவு!

இங்கு அன்பு வெறும் அன்பாக மட்டுமே நின்று விட்டது.

பல இடங்களில் அன்பு ஒரு ஆயுதமாய் ஆக்கப்பட்டு விடுகிறது.

"நான் எப்படி எல்லாம் பாசமாய் இருந்தேன்? நீ பதிலுக்கு என்ன பண்ண?"

இந்தக் கேள்வியில் அன்பு எங்கே இருக்கிறது?

பெரும்பாலும் இங்கு அன்பு என்பது ஒரு முதலீடு.

கொஞ்சமாய்க் கொடுத்தாலும் வருடங்கள் பல ஆன பிறகு அதிக வட்டியுடன் கிடைக்க வேண்டும் என்றே மக்கள் விரும்புகிறார்கள்.

கொஞ்சம் குறைந்தாலும் பெரும் ஏமாற்றம் அடைந்து விடுகிறார்கள்.

இன்னும் சிலர் வரவுச் செலவுக் கணக்கு போல் அன்பையும் நட்பையும் எடுத்துக் கொள்கிறார்கள்.

"இதில் எனக்கு என்ன லாபம்? கூடுதல் அன்பு கூடுதல் லாபம் தருமா?

இதுவரை காட்டிய அன்பிற்கு நமக்குக் கிடைத்த லாபம் என்ன?"

இப்படி எல்லாம் யோசித்து 'அன்பு' காட்டுவதை விட சும்மா இருக்கலாம் என்று தோன்றும்!

"என் மேல உனக்கு அன்பு இருந்தா எனக்கு இதைச் செய்…!" இந்த வாக்கியத்தைக் கேட்கும் போதே இதில் அன்பில்லை என்று புரிந்து விலகி விடுபவர்கள் புத்திசாலிகள்!

புரியாதவர் பாவம்! அன்பு என்ற பெயரில் தன் உழைப்பையோ சொத்துக்களையோ பிறருக்குத் தந்து விட்டுக் கடைசியில் ஏமாந்து நிற்கிறார்கள்.

அன்பு என்பது ஒரு உணர்வு. அது எல்லோரிடமும் இருப்பது இல்லை. எனவே எல்லோரிடமும் நாம் எதிர் பார்ப்பதும் தவறு.

அன்பாக இருக்க வேண்டும் என்று தோன்றினால் இருந்து விட்டுப் போவோம்!

பதிலுக்கு யாரும் நம் அளவு அன்பு காட்ட வில்லை என்று எடை போடாமல்… குறை கூறாமல்… அதை ஒரு முதலீடு என்று நோக்காமல்… அதை ஒரு ஆயுதமாகப் பிறர் மேல் எறியாமல்..!

அன்பாய் இருப்போம்…! நம் மனதின் திருப்திக்காக…!

53.
பதில் அற்ற கேள்விகள்..!

நான் படித்த கல்லூரி விடுதியில் நிறைய விதிகள் உண்டு. இரவு பத்து மணிக்கு விளக்கை அணைத்துத் விட்டு தூங்கி விட வேண்டும் என்பது அவற்றில் ஒன்று!

படிப்பாளிகள் பொது விளக்கு வெளிச்சத்தில் படிக்கலாம்.

அதென்னவோ கதை பேசும் ஆர்வமே பத்து மணிக்கு மேல்தான் வரும்! அதுவும் எல்லா நகைச்சுவைக் கதைகளும் அப்போதுதான் எங்களுக்கு நினைவுக்கு வரும்!

சிரித்து விட்டு வாயைப் பொத்திக் கொள்வோம். அதிலும் என் தோழி மங்களா சத்தம் போட்டுச் சிரித்து வைப்பாள்!

தலையில் கொட்டி, "மெதுவாய் சிரி!" என்றால் இன்னும் கொஞ்சம் சிரிப்பாள்!

வார்டன் மேடம் காதில் நிச்சயம் விழும்! கூப்பிடுவார்! அறையில் உள்ள நான்கு பேரும் போய் வரிசை கட்டி நிற்போம்!

கூடச் சேர்ந்து சிரித்த வேறு அறைத் தோழிகள் தப்பி விடுவார்கள்!

நான் மிகவும் துக்கத்துடன் தலை குனிந்து நின்று இருப்பேன்! என் தோற்றத்தைப் பார்த்து மங்களாவுக்கு சிரிப்பை அடக்கவே முடியாது!

மேடம் எதிரேயே சிரித்து வைப்பாள்!

மேடம் சொல்வார்கள், "மங்களா! நீ ஏன் திருந்தவே மாட்டேங்கிறே? நிபுவைப் பார்! எவ்வளவு சமத்தா இருக்கா? அவளைப் பார்த்துக் கத்துக்கோ!" என்பார்!

நான் பாவமாய் முகத்தை வைத்துக் கொண்டு இருப்பேன்!

மீதி இருவரும் என்னைக் கொலை வெறியுடன் பார்ப்பார்கள்!

அறைக்குத் திரும்பியதும் என்னைத் திட்டித் தீர்த்து விடுவார்கள்!

"அடிப்பாவி! எங்களை சிரிக்க வச்சதே நீதான்! அந்த மேடம் என்னவோ எங்களைத் திட்டறாங்க! அது கூடப் பரவாயில்ல! உன்ன அப்பாவின்னு சொல்றாங்க பார்! அதைத்தான் தாங்கவே முடியல!"

நிஜம்தான்! ஒருமுறை நானே ஒப்புக் கொண்டேன். (மனசாட்சி உறுத்தியது!)

"சாரி மேடம்! நான்தான் கதை சொன்னேன். அதுக்கு இவங்க சிரிச்சாங்க! தப்பு என்மேல்தான் மேடம்!"

மேடம் என்னை வாஞ்சையுடன் பார்த்தார்! பிறகு என் தோழிகளைக் கோபத்துடன் பார்த்தார்!

"பார்த்தீங்களா! உங்களுக்காக அவ தன் மேல பழி போட்டுக்கிறா! நீங்க தினம் அரட்டை அடிச்சு அவளையும் சேர்த்து இங்க நிக்க வைக்கிறீங்க!"

இதைத் தாங்க முடியாமல் மங்களா பட்டென்று தன் தலையில் அடித்துக் கொண்டாள்! (அதற்குத் தனியாய்த் திட்டு வாங்கினாள்!)

கடைசி வரை மேடம் என் மீது பிரியமாகவே இருந்தார்கள்! அதே போல் மங்களா மீது கொஞ்சம் கோபமாகவும்!

நாம் கூட அப்படித்தான் இருக்கிறோம் அல்லவா!

ஒருவரைப் பிடித்து விட்டால் இறுதி வரை மாற்றிக் கொள்வதே இல்லை - அவர் தவறு செய்தாலும்.

இதற்கு என்ன விளக்கம் அளிக்க முடியும்?

ஒரு ஜோதிட ஆராய்ச்சியாளர் சொன்னார் "இது போன ஜென்மத்தில் இருந்து வரும் உறவு! அப்படி இருந்தால் இப்போதும் அது பிரியமாய்த் தொடரும்.

பகையும் அப்படி தொடரும்", என்றார்.

சரியான விளக்கமோ ஆதாரமோ இல்லை என்பதால் எனக்கு மறு பிறவியில் நம்பிக்கை இல்லை.

மனிதர்கள் ஏன் இப்படி இருக்கிறார்கள்?

சிலரை ஏன் பார்த்தவுடன் பிடிக்கிறது?

சிலரை ஏன் பிடிக்காமல் போகிறது?

பிரச்னை வந்து பிரிந்த பிறகும் கூட சிலரை மறக்க முடியாமல் ஏன் தவிக்கிறோம்?

நமக்கு நல்லது செய்யும் சிலர் மீது ஏன் எரிந்து விழுகிறோம்?

இதற்கெல்லாம் அர்த்தம் தெரிந்து விட்டால் அப்புறம் வாழ்க்கையில் என்ன சுவாரசியம் இருக்கும்?

அதனால்தான் எனக்குத் தெரியவில்லை போலும்!

(இப்போதும் மங்களா, மேடம் மீதுள்ள தன் மனத் தாங்கலை எங்கள் வாரிசுகளிடம் சொல்லிப் புலம்புவது உண்டு!)

54.
விடுமுறை

கல்லூரி விடுதியில் சேர்ந்த பிறகு தோன்றிய முதல் கேள்வி "எப்போ லீவ் விடுவாங்க?" 1983 - இல் கடிதம்தான் ஒரே தொடர்பு சாதனம். உடம்பு சரியில்லை என்று கூட எழுத முடியாது. வீட்டில் இருந்து டாக்டரிடம் போகச் சொல்லி பதில் கடிதம் வருவதற்குள் நமக்கு உடம்பு சரியாகி வகுப்புக்குப் போய் விட்டு இருப்போம்.

ஒருவழியாய் விடுமுறை வரப் போகிறது என்று மேடம் உணவுக் கூடத்தில் அறிவித்து விட்டார்கள். அதற்கு வீட்டில் இருந்து அனுமதிக் கடிதம் மூன்று நாட்கள் முன்னதாக வர வேண்டும்.

உடனே இதை வீட்டிற்கு எழுதி விட்டேன். மறுநாள் சந்தேகம் வநதுவிட்டது. அந்த கடிதம் போகா விட்டால்? உடனே நானே ஒரு அனுமதிக் கடிதம் எழுதி அதை உறையில் இட்டு அப்பாவை கையெழுத்து மட்டும் போட்டு அனுப்பும்படி எழுதினேன்.

விடுதிக்கு வந்த பின் முதன் முதலாக விடுமுறைக்கு வீடு செல்லப் போகிறோம்! கிட்டத் தட்ட எல்லாருமே கால் தரையில் பாவாமல் மிதந்து போய்க் கொண்டிருந்தோம்!

இதில் சில புத்திசாலிகள் விடுமுறையை நீட்டிக்க வழி சொன்னார்கள். நான் உடனே தீர்மானித்து விட்டேன். மூன்று நாள் லீவ் போட்டால் சனி, ஞாயிறு சேர்த்து ஒன்பது நாள் லீவ்! நம் டாக்டரிடம் ஒரு சான்று வாங்கி விடலாம் . மீறித் திட்டினால் வாங்கிக் கொள்ளலாம்! வேறு என்ன செய்வது?

அம்மா பள்ளி சென்று விடுவார். அப்பா பணி ஓய்வு பெற்று வீட்டில் இருப்பதால் நான் இல்லாத வெறுமையை அதிகம் உணர்வார். எனவே நான் ஒன்பது நாள் என்று உறுதியாய் இருந்தேன்.

புதன் கிழமை அனுமதிக் கடிதம் வந்து விட்டது! சனிக் கிழமை கிளம்ப வேண்டும். ஆனால்...

...என்னை மட்டும் மறுநாள் வியாழக்கிழமையே வீட்டுக்கு அனுப்பி விட்டனர். ஒன்பது நாள் இல்லை, நான் ஒரு மாதம் கழித்துதான் கல்லூரி திரும்பினேன்.

ஏன் என்றால் என் அப்பா ஒரே நாள் ஜுரத்தில் போய் விட்டார்.

55.
இருவர் மட்டும்...

கல்லூரியில் என்னுடன் படித்த ஒரு தோழி மிக அமைதியானவள். அமைதி என்றால் பயங்கர அமைதி!

யாருடனும் பேச மாட்டாள்! எப்படிக் கேள்வி கேட்டாலும் பதில் சொல்ல மாட்டாள்!

வகுப்பில் ஆசிரியர் கேட்டால் மட்டும் மெதுவாய்ப் பதில் வரும்.

ஆனால் பல நேரங்களில் என்னுடன் மட்டும் சிரித்துப் பேசுவாள்!

(என் திருமணத்திற்கு என் ஊருக்கு வந்த ஒரே கல்லூரித் தோழி அவள் தான்!) எல்லோரும் எப்படி என்று என்னைக் கேட்பார்கள். என் பதில்

"தெரியலையேப்பா!"

பிறகு பல ஆண்டுகள் கழித்து முற்றிலும் வேறான ஒரு அனுபவம். பக்கத்து வீட்டுத் தோழி தனக்குத் தெரிந்த ஒரு பெண்மணியை எனக்கு அறிமுகம் செய்து வைத்தார்.

பின்பு வாய் ஓயாமல் சொல்லிக் கொண்டே இருந்தார்,

"நீங்க ரெண்டு பேரும் ஒட்டிக் கிட்டு என்னை விட்டுடப் போறீங்க! உங்களுக்கு அவங்களை அவ்வளவு பிடிக்கும்... பாருங்க!"

ஆனால் எனக்கு அந்தப் புதிய பெண்ணிடம் நட்பு உருவாகவே இல்லை! எனக்கு ஏனோ அவரைப் பிடிக்கவே இல்லை!

நாம் நிறைய பேரைப் பார்த்து இருப்போம்... எதனால் அந்த இருவரும் ஒன்றாய் இருக்கிறார்கள் என்று நமக்குப் புரியவே புரியாது.

இருவரின் எண்ணங்களின் அலைவரிசை எங்காவது ஒன்றிப் போய் இருக்கும்.

ஏதேனும் ஒரு சிறு சொல்லோ செயலோ பிடித்துப் போய் இருக்கும்.

விட்டு விலகி விடக் கூடாது என்று கெட்டியாய்ப் பிடித்துக் கொள்ளும்.

வேறு சிலர் எதனால் ஒட்டாமல் போகிறார்கள் என்பதும் புரியாது.

சில உறவுகள் மேலுக்கு எத்தனை நெருக்கமாய்த் தெரிந்தாலும் அவர்கள் இருவருக்குள் ஒரு விரிசல் நெருங்க விடாமல் விலக்கி வைக்கும்.

காரணம் கேட்டால் நிறையப் பேருக்கு சொல்லத் தெரியாது.

சிலர் யோசித்து காரணம் சொல்ல முயற்சி செய்வார்கள்.

ஆழமாய் நினைத்துப் பார்த்தால் எவரையும் முதல் ஓரிரண்டு சந்திப்பிலேயே நாம் வேண்டியவர், வேண்டாதவர் என்று கட்டம் கட்டி மனதில் பதித்துக் கொள்கிறோம் என்று படுகிறது.

பிறகு நடக்கும் நிகழ்வுகளில் நமக்குத் தேவையானதை மட்டும் எடுத்துக் கோத்து ஒரு உறவையோ விலகலையோ தொடுத்துக் கொள்கிறோம்.

ஊர் முழுவதும் ஏளனமாய்ப் பார்க்கும் ஒருவர் நம் கண்ணில் உயர்ந்தவராய்த் தெரியலாம்!

எல்லோருக்கும் நல்லவராய்த் தெரிபவரை நமக்குப் பிடிக்காமல் போகலாம்!

வாழ்க்கை தனக்குள் ஒளித்து வைத்திருக்கும் இரகசியங்களில் மிக சுவாரசியம் ஆனது இருவர் மனங்கள் ஒன்றுவதும் விலகுவதும் ஏன் என்று பிறருக்குத் தெரியாதது தான்!

சில சமயம் சம்பந்தப் பட்ட நமக்கே தெரியாமல் போய் விடுவது ஒரு கூடுதல் சுவாரசியம்!

பின் குறிப்பு: இது ஃபெப்ரவரி 14 உடன் தொடர்பு படுத்தும் பதிவு இல்லை என்று சொல்லிக் கொள்கிறேன்.

56.
ரேடியோ

எங்கள் சிறு வயதில் ரேடியோ என்பது உறவினர் போல நெருக்கமான ஒன்று. காலையில் முதலில் கண் விழிப்பவர் அதை வைத்து விட்டுத்தான் மறு வேலை பார்ப்பார்கள். அரைகுறைத் தூக்கம் 'தமிழ் மணம்' தொடங்கியதும் போய் விடும். பழந்தமிழ்ப் பாடல்கள் இசையுடன் பாடப் படும். 'நாராய்! நாராய்! செங்கால் நாராய்!' கேட்டு இருக்கிறீர்களா?

பின்பு மாநிலச் செய்திகள். ஏழேகால் மணிக்கு சரோஜ் நாராயணசுவாமி குரலில் ஆகாஷவாணி!

எனக்கு ரொம்பப் பிடித்தது திரைப் பாடல்கள்தான். என் அப்பா கர்நாடக இசை கற்றவர். அம்மாவுக்கும் தெரியும். அப்பா புல்லாங்குழல், ஹார்மோனியம் என இசைக்கத் தெரிந்தவர்.

நான் சாதாரணமாய்ப் பேசினாலே சண்டை போடுவது போல் இருக்கும்!

ஐந்து வயதில் இருந்து மேடை ஏறிப் பேசுவேன். பாதிப்பேர் என் முன்னால் இருக்கும் மைக்கை அகற்றி விடுவார்கள்! நம்ம குரல் அப்படி! இதில் எங்கிருந்து பாட!

தன் முயற்சியில் சற்றும் தளராத என் அப்பா என்னை அமர வைத்து 'நிலையக் கலைஞர்களின் வாத்திய இசை'யைக் கேட்க வைப்பார். (கலைஞர்கள் எங்கிருந்தாலும் என்னை மன்னிக்கவும்!) "அப்பா! இதைக் கேட்டா தூக்கம் வருதுப்பா! சினிமா பாட்டு பார்! எவ்ளோ நல்லா இருக்கு! கேட்டதும் ஆடணும் போல இல்ல?" என்று கேட்டு விட்டு தங்கு தங்கென்று ஆடுவேன்!

அடுத்து என்னைப் பாட்டு டீச்சரிடம் அனுப்பினார். நான் போய்க் கதை பேசி விட்டு காபி குடித்து விட்டு வந்து விட்டேன்! ஒரு மாதம் போன பிறகு நிறுத்தினார்!

ஒரு வழியாய் சுட்டுப் போட்டாலும் எனக்குச் சங்கீதம் வராது என்பது என் பதின்மூன்று வயதில் அப்பாவுக்குப் புரிந்து விட்டது.

இதில் கொடுமை என்னவென்றால் எனக்குத் திரைப் பாடல்கள் பாடப் பிடிக்கும்! நான் சத்தமாய் பாடிக்(?) கொண்டு இருப்பேன்!

பிடித்த பாட்டு ரேடியோவில் வந்து விட்டால் வீட்டில் யாரும் பேசக் கூடாது! (அழிச்சாட்டியம்!)

இப்படி போய்க் கொண்டிருந்த காலத்தில் என் கல்லூரியில் இருந்து 'இளைய பாரதம்' நிகழ்ச்சிக்கு என்னை அழைத்துப் போனார்கள். நான் கவிதை வாசித்து முடித்ததும் வானொலி நிலையத்தில் "அற்புதமான குரல்! என்ன ஒரு ஏற்ற இறக்கம்! வேறு என்ன தெரியும்?" என்று கேட்டார்கள்!

என் ஆசிரியை என் தனிநடிப்பு நன்றாக இருக்கும் என்றதும் அதையும் பதிவு செய்தார்கள்.

அம்மாவுக்குக் கடிதம் எழுதி தெரியப் படுத்தினேன். (அப்போது போன் வசதி எல்லாம் இல்லை.)

அம்மா கேட்டுவிட்டுப் பதில் எழுதினார். (எப்போதும் பாராட்டாத என் அம்மா!) "உன் குரலை ரேடியோவில் கேட்டதும் என் உடம்பெல்லாம் சிலிர்த்து விட்டது! என் கண்ணில் கண்ணீரே வந்து விட்டது!"

சில பாராட்டுகள் மறப்பதில்லை! அது போல் ரேடியோவும்!

பின் குறிப்பு: வானொலி என்ற அழகிய தமிழ்ச் சொல் இருந்தாலும் ரேடியோ என்பதுதான் மனதுக்கு நெருக்கமாய்த் தோன்றுகிறது!

57.
விலங்கு

நான் கல்லூரி இறுதி ஆண்டு படித்துக் கொண்டு இருந்தேன். ஒரு முதலாண்டு மாணவிக்குப் பிரச்னை, சாப்பிடவில்லை என்று சொன்னார்கள். விடுதி வாழ்வில் இது சகஜம். தோழி பேசாவிட்டால் கூட உலகம் இருண்டு விட்டதாய்த் தோன்றும். தனிமையை அதிகம் உணர்வோம். நான் நிறையப் பேசியும் அவர்களைப் பேச வைத்தும் சிரிப்படுத்த முயல்வேன். அப்படித்தான் அந்தப் பெண் என்னிடம் வந்தாள்.

பெற்றோர் இல்லை. பத்து வயது மூத்த அண்ணன் மட்டும் உண்டு. அவருக்குத் திருமணம் நிச்சயம் ஆகி உள்ளது. அண்ணி வந்தபின் அண்ணா தன்னைக் கவனிக்க மாட்டார் என்று அவள் மனதில் பதிந்து இருக்கிறது. நான் அவளிடம் பேசி சாப்பிட வைத்தேன்.

இரண்டு நாள் கழித்து வார்டன் என்னை அழைத்தார். அந்தப் பெண்ணை மருத்துவ மனைக்கு அழைத்துப் போக வேண்டும் என்றார். நல்ல காய்ச்சல்! நான் இதுபோல் முன்பே சிலருக்குத் துணையாய்ப் போய் இருப்பதால் உடனே ஒப்புக் கொண்டேன்.

அங்கேயே அவளை உள் நோயாளியாகச் சேர்த்து விட்டு நான் கல்லூரிக்கு வந்து விட்டேன்.

மாலை விடுதி வந்தால் வார்டன் பதற்றத்துடன் என்னை உடனே மருத்துவ மனைக்குப் போகச் சொன்னார்.

அன்று கண்ட காட்சியை நான் பிறகு மறக்கவே இல்லை. காலில் இரும்பு சங்கிலி போட்டு கட்டிலோடு கட்டி இருந்தார்கள். தலையை விரித்துப் போட்டபடி கட்டிலில் அமர்ந்து ஆடிக் கொண்டு இருந்தாள் அந்தப் பெண்!

சாதுவான அப்பெண் என்னைப் பார்த்ததும் சத்தமாய் “வந்துட்டீங்களா?” என்று கேட்டு சிரித்தாள். அங்கு இருந்த

செவிலிகள் என்னை அருகில் போக வேண்டாம் என எச்சரித்தார்கள். கையில் கிடைப்பதை எடுத்து அடித்தாள் என்றனர்!

அந்தப் பெண் ஒன்றும் சாப்பிடவில்லை, தூங்கவில்லை. நான் ஊட்டியதும் கொஞ்சம் சாப்பிட்டாள். பிறகு என் கையைப் பிடித்து கொண்டு பேசத் தொடங்கினாள்.

“எனக்கு கல்யாணம். எங்க அண்ணாவைப் பண்ணிக்கப் போறேன். நீங்க எனக்கு அலங்காரம் பண்ணனும்,” என்றாள். நான் அதிர்ந்து போய் விட்டேன்!

டாக்டர் கொடுத்த மாத்திரையை விழுங்க வைத்து கூடவே இருந்து தூங்க வைத்து அங்கேயே நானும் தங்கி இருந்தேன். வார்டன் சிறப்பு அனுமதி கொடுத்தார்.

மூன்று நாட்கள்! மனம் அதன் போக்கில் விட்டால் எப்படி எல்லாம் ஆடும் என்பதை ஆச்சரியத்துடன் சற்று பயத்துடன் பார்த்துக் கொண்டு இருந்தேன்.

தன்னைப் பார்த்து பயப்படும் செவிலியரைப் பார்த்து அந்தப் பெண் ஒரு திருப்தி அடைவதைக் கவனித்தேன். அவள் முகம் தன் அமைதியை இழந்து மெல்ல மெல்ல ஒரு விலங்கு போல் மாறுவதை ஒரு அச்சத்துடன் பார்த்துக் கொண்டு இருந்தேன்.

என்னிடம் பேசும்போது மட்டும் அவள் கஷ்டப்பட்டு தன் சொந்த முகத்திற்குத் திரும்பினாள்.

அவள் சொல்வதை நான் மறுக்கும் போது அவள் பல்லைக் கடித்து தன் கோபத்தை அடக்கினாள். சில சமயம் என்னை வெறித்துப் பார்த்து அதை நான் பார்த்து விட்டால் முகத்தை மூடிக் கொள்வாள்.

அவள் அண்ணன் வந்தபின் அவளை ஒப்படைத்து, அவரிடம் அவள் நிலையை விளக்கி விட்டு நான் விடுதிக்கு திரும்பினேன். அதற்குள் அவள் சிகிச்சை மெல்ல பலன் தரத் தொடங்கியது.

அங்கிருந்த டாக்டர் என்னிடம் விளக்கமாய் நிறையப் பேசினார்.

இந்த மனநிலையை கிராமத்தில் பேய் பிடித்து விட்டது என்று சொல்லி விடுவார்கள்.

தன் அண்ணனின் திருமணத்தை எதிர்கொள்ளத் தெரியாத ஒரு பதின் வயதுப் பெண்ணின் மனம் என்னவெல்லாம் செய்கிறது!

தான் என்ன ஆவோம், தனக்குப் பிரச்னை வந்து விட்டால் என்ன செய்வது என்பதை மட்டுமே யோசிக்கும்போது மன நிலை பிறழ்ந்து

விடுகிறது. பலவீனமான மனம் கண்ணில் பட்டவரை அடித்து தன் பலத்தை நிரூபிக்கப் பார்க்கிறது.

பிறருடன் தன் எண்ணங்களைப் பகிர்ந்து கொள்ளாதவர் ஒரு கட்டத்தில் தனக்குத் தானே பேசிக் கொள்ளத் தொடங்குகிறார். எது சரி என்று சொல்ல ஆள் இல்லாதவர் தான் செய்வது எல்லாமே சரி என்று நம்பத் தொடங்கி விடுகிறார்.

கால், கையில் விலங்கு போடும் அளவிற்குப் போனால்தான் நமக்குத் தெரிகிறது. அந்த நிலைக்குச் சற்றே குறைந்த நிலையில் இருக்கும் பல பேருடன் நாம் பழகிக் கொண்டுதான் இருக்கிறோம். என்ன பைத்தியக் காரத்தனமாய் சொல்கிறாரே என்று பலரைப் பற்றியும் பல நேரங்களில் நாம் யோசிப்பது உண்டு அல்லவா?

மனநிலை சரியாக இருக்க வேண்டுமானால் பிறரிடம் நல்ல தொடர்பில் இருங்கள். உறவோ நட்போ மனதைப் பகிர யாரேனும் இருக்க வேண்டும். நம் மீது அக்கறை உள்ள மனிதர் வேண்டும். அதற்கு முதல்படி நீங்கள் அடுத்தவர் மீது அக்கறை செலுத்தப் பழகுங்கள். நாம் கொடுப்பது கொஞ்சமேனும் திரும்பக் கிடைக்கும்.

மனம் ஒரு விலங்கைப் போன்றது. நல்ல புத்தகங்களைப் படித்தோ நல்லவருடன் நட்பு கொண்டோதான் அதைப் பழக்க முடியும். மனதை எப்போதும் நம் கட்டுப் பாட்டில் வைத்து இருந்தால் மட்டுமே நாம் வாழ்வில் வெற்றி பெற்றவர்கள்! அதன் போக்கில் விட்டால் நாம்தான் விலங்கைச் சுமக்க வேண்டி வரும்.

சிறு கால இடைவெளியில் அந்தப் பெண் பூரண குணம் பெற்று வந்து விட்டாள்!

58.
பொங்கிய கிராமம்!

1986ஆம் ஆண்டு ஜனவரி மாதம் முதல் வாரம். நாட்டு நலப்பணித் திட்ட மாணவிகளை அவசரமாய் அழைத்தார் ஆசிரியை. வரும் பொங்கல் விடுமுறையோடு சேர்த்துப் பத்து நாட்கள் அருகில் உள்ள கிராமத்திற்குச் சென்று தங்கப் போகிறோம் என்று கூறினார். அவ்வளவுதான்! எங்களுக்குத் தலைகால் புரியவில்லை! தினமும் வீட்டில் இருந்து வந்து படிக்கும் தோழிகளுடன் ஒன்றாய்த் தங்கப் போகும் கூடுதல் மகிழ்ச்சி வேறு! (நான் விடுதி மாணவி) கல்லூரி கடைசி வருடம் என்பதால் நன்றாகக் கொண்டாடித் தீர்த்து விட வேண்டும் என்று உத்தேசம். புறப்பட்டோம்...!

போகும் வழியில் ஒரு தோப்பில் எங்கள் பேருந்தை நிறுத்தி, அருமையாய் ஒரு தக்காளி சோறு செய்து போட்டார்கள். உண்டு முடித்துக் கிளம்பிய உடனே ஊர் வந்து விட்டது.

ஒரு சிறிய கிராமம். மாடுகளும் ஆடுகளும் நிரம்பிய ஊர். வீடுதோறும் வைக்கோல் போர். வாசல் தவறாமல் வண்ண வண்ணக் கோலங்கள்! வாசலுக்கு வந்து எங்களை வேடிக்கை பார்க்கும் சிறுவர்கள்... பெண்கள்!

அங்கு கோலப் போட்டி நடத்திப் பரிசளிக்க வேண்டும், அருகில் இருக்கும் ஒரு கல்லூரிக்கு நெடுஞ்சாலையில் இருந்து செல்ல ஒரு சாலை அமைக்க வேண்டும், இறுதி நாள் கலை நிகழ்ச்சிகள் நடத்தி கிராமத்தாரை மகிழ்விக்க வேண்டும்(!) என்று ஆசிரியை சொல்லிக் கொண்டே போக நாங்கள் ஒரு காதில் அதை வாங்கிக் கொண்டு இன்னொரு காதை தோழிகளின் கதைக்குக் கொடுத்துக் கொண்டு உற்சாகமாய் இருந்தோம்!

பானையில் பொங்கல் பொங்க வைத்தோம்! நடனம் ஆடப் பயிற்சி செய்தோம்! ("ஊரோரமா ஆத்துப் பக்கம் தென்னந் தோப்பு!")

முதல் இரண்டு நாட்கள் போனதும் கிராமத்து ஆட்கள் நெருங்கிப் பழகத் தொடங்கி விட்டார்கள். ஊரிலிருந்து சற்றுத் தொலைவில் ஒரு திரையரங்கம் இருப்பதைத் தெரிந்து கொண்டோம். ஆசிரியையிடம் கும்பலாய்ப் போய் வேண்டுகோள் விடுத்தோம்.

"அடிப்பாவிகளா! டென்ட் கொட்டாய்தான அது? அதுவும் எவ்வளவு தூரம் இருக்கு? அதெல்லாம் நடக்க மாட்டிங்க... போய்ப் படுங்க! ரெண்டாம் ஆட்டம்! அதுவும் பழைய படம்!"

"அய்யோ மிஸ்! உயர்ந்த மனிதன் நல்ல படம் மிஸ்! வாங்க மிஸ்! போலாம்! உங்களைத் தொந்தரவு பண்ணவே மாட்டோம்! பிளீஸ் மிஸ்! எங்க வீட்டுல போய் சொல்லிக்க எதாவது வேணாமா? போலாம் மிஸ்!"

ஒருவழியாய்க் கிளம்பிப் போய் (கிளப்பிப் போய்!) படம் பார்த்து விட்டு எழுந்தோம். வெளியில் வந்த உடனே வழி காட்ட வந்த ஊர்க்கார அண்ணா மெதுவாய் *"டார்ச் அடிச்சிக்கிட்டுப் பாத்து வாங்கம்மா! பாம்பு குறுக்க ஓடப் போவுது!"* என்றார்!

"ஓ" வென்று அலறத் தொடங்கி ஆசிரியை முகத்தைப் பார்த்து அடக்கிக் கொண்டோம். அரைகுறை வெளிச்சத்தில் அவர் முகம் பார்க்க இன்னும் பயமாய் இருந்தது! கோபமாய் இருக்கிறார்!

"ரெண்டு ரெண்டு பேராக் கையப் பிடிச்சுக்கிட்டுப் போ!" என்ற கட்டளைக்குப் பகலாய் இருந்திருந்தால் பொங்கி எழுந்து பலத்த ஆட்சேபம் தெரிவித்து இருப்போம்! இரவு... தெரியாத ஊர்... கூடவே பாம்பு பயம்!

ஒருவழியாய்த் தங்கி இருந்த வீட்டுக்கு வந்தோம். பெரிய ஹால். அதில் கையில் கிடைத்ததைத் தலைக்கு வைத்துக் கொண்டு படுத்துக் கொண்டோம். தலைமாடு கால்மாடு எதுவும் இல்லை!

அடுத்த நொடி ஒரு அலறல் எழுந்தது. ஒருத்தி எழுந்து "பாம்பு... பாம்பு...!" என்று கத்திக் கொண்டிருந்தாள். அரக்கப் பறக்க எழுந்து விளக்கைப் போட்டுத் தேடினால்... பாம்பைக் காணோம்.

மீண்டும் படுத்தால்... அதே அலறல்! அதே பெண்! இம்முறையும் பாம்பு இல்லை!

எல்லோரும் பாம்புக் கதை பேசத் தொடங்கி விட்டோம். நான் "எங்க ஊர்ல ஒரு தரம் பாம்பு பிடிச்சுக்கிட்டுப் போனாங்க. ரெண்டு பேர் தோள்ல ஒரு கழி வச்சு அதுல தொங்க விட்டுப் போனாங்கப்பா!...

ரெண்டு பக்கமும் தலையும் வாலும் தரை தொட்டுச்சு! மலப் பாம்பு!"

"அப்ப உனக்கு பாம்பு பயம் இல்லையா?"

"வந்தா பாத்துக்கலாம்!"

("அதுசரி! பாம்பு நம்ம மேலயா விழுந்துச்சு! விழாத வரைக்கும் தைரியமா இருப்போம்! விழுந்துட்டா...? அப்ப கத்திக்கலாம்! போ!")

ஆசிரியை அவளுக்குப் பிரமை என்று முடிவு கட்டி விட்டார். அலுத்துப் போய் "லைட்டை ஆஃப் பண்ண வேணாம். நீ படு சொல்றேன். அந்தப் பாம்பு வந்தா நான் பிடிக்கறேன்..." என்றார்!

படுத்தோம்! அந்தப் பெண் "பாம்..." என்று கத்தத் தொடங்கி நிறுத்தி விட்டாள். எல்லோரும் எழுந்து விட்டோம்... மீண்டும்!

ஆசிரியை சிரிக்கத் தொடங்கி விட்டார்!

பிறகு விளக்கினார். அந்தப் பெண்ணின் தலைக்குப் பின்னால் படுத்திருந்த பெண் , தன் பின்னலை எடுத்துத் தன் தலைக்குப் பின்னால் விசிறி விட்டுப் படுத்து இருக்கிறாள்! பாம்பு பயத்தில் இருந்த பெண், பின்னலைப் பாம்பு என்று நினைத்து விட்டாள்!

பின்னலைப் பின்னால் தூக்கிப் போட்ட பெண்ணுக்குக் கிடைத்த திட்டுகளைக் கேட்காதீர்கள்! இப்போது நினைத்தாலும் ... அய்யோ! அப்புறம் ஆசிரியை எல்லோரையும் அதட்டி படுக்கச் சொல்லி விட்டு என்னிடம் சொன்னார்... "நீ என்ன பண்ற... உன் ஜடையைப் பந்தா சுருட்டி வச்சுக்கிட்டுப் படுக்கற! யார் மேலயும் வீசக் கூடாது! சரியா? போ... போய்ப் படு!" (ஆமாம்... நான்தான் அது!)

இருங்கள்! அந்த ஊரின் பெயரைக் கேட்கவில்லையே!

சென்னையில் இருப்பவர்கள் அந்தக் கிராமத்தின் பெயரைக் கேட்டால் அதிர்ச்சி அடைவார்கள்... அந்தக் கிராமம் "துரைப் பாக்கம்!" ஆமாம்! பழைய மாமல்லபுரம் சாலையில் இருக்கிறதே... படு நாகரிக நகரப் பகுதி... அதே இடம்தான்!

59.

தோசைக்காக...!

கல்லூரி விடுதியில் எங்களுக்கு ஒரு கொண்டாட்டம் என்றால் உடனே சமையல் கட்டில் தாத்தாவைத் தேடி ஓடுவோம்! சனிக்கிழமை மாலையில் அவர் வெளியே போவார். அவரிடம் காசைக் கொடுத்து அனுப்பினால் Runs hotel இல் இருந்து மசால் தோசை வாங்கி வந்து தருவார். (வார்டன் மேடமுக்குத் தெரியாமல்தான்!)

நட்பு வட்டத்தில் யாராவது "போரடிக்குது...! இன்னிக்கு தோசை சொல்லலாமா?" என்று கேட்டாலும் போதும்! அந்த இரவு ஒரு ரகசிய தோசை இரவாகி விடும்! (அடையாறில் canal அருகில் இன்னும் அந்த ஹோட்டல் இருக்கிறதா?)

ஒரு நாள் மாலை என் நட்பு வட்டத்தில் யாரையும் நான் பார்க்க வில்லை. விடுதி நிறைய தோழிகள் இருந்தாலும் சாப்பிடுவது என்னவோ நட்பு வட்டத்தோடு தான். மாலை வேறு தோழிகளுடன் பேசிக் கொண்டு இருந்தேன். இரவுணவு சாப்பிடப் போனால் நான்கு பேரும் “பசிக்கல... சாதம் வேணாம்.. ரூமுக்குப் போறேன்... சாப்பிட்டுட்டு வா!” என்று போய் விட்டார்கள்.

மற்றொரு வட்டத்தில் அமர்ந்து சாப்பிடும்போது “என்னடி...? நீ தோசை தின்னலியா? அவளுங்க மட்டும் வந்து என் ரூமில் தின்னுட்டுப் போனாங்க?” என்றாள் ஒருத்தி! எனக்குக் கோபம் சுறு சுறு வென்று வந்தது. நேராகப் போய் என் அறையில் இருந்தவளிடம் “தோசை தின்னியா?” என்றேன். அவள் ஒன்றும் நடக்காதது போல் “இல்லையே!” என்றாள்!

“ரகசியமா தின்னா மட்டும் போதாது... அதைத் தைரியமா ஒத்துக்கணும்...”

“இப்போ என்னடி! ஆமா...! உன்னை விட்டுட்டுத் தின்னோம்.. அதுக்கென்ன?”

“இல்ல...ஒண்ணுமில்ல... உங்களை எல்லாம் ப்ரெண்ட்டுனு நம்பிப் பழகினேன் இல்ல... என் தப்புதான்... ஒண்ணு மட்டும் சொல்லு... எதுக்கு என்னை மட்டும் விட்டுட்டுப் போனீங்க?”

அவள் போய் சொல்லி மற்ற மூவரும் வந்து என்னைச் சமாதானம் செய்தார்கள். “என்னவோ செஞ்சுட்டோம்.. விடுடி! இனிமே இப்படி நடக்காது... வா!”

“என் கேள்வியை சரியா புரிஞ்சு சொல்லுங்க. ஒருத்தி மட்டும் இல்ல... நீங்க நாலு பேரும் எதுக்கு என்னை விட்டீங்க? என்ன பேசி முடிவு பண்ணீங்க? நான் வேணாம்... சரி. இப்போ எதுக்கு என்னை வந்து சமாதானம் செய்யறீங்க?”

“அதெல்லாம் தெரியாது! என்னவோ கோவம்... செஞ்சுட்டோம்! ஆனா நீ எங்க ப்ரெண்ட்! அதான் வந்தோம்! ஒரு தோசைக்குப் போய் ஏண்டி இப்படி சண்டை போடற?”

எனக்கு இன்னும் கோபம் செமையாய் வந்தது!

“நான் ஒண்ணும் ஒரு தோசைக்கு ஏங்கல! உங்க மனசுல என்ன இருந்துதுன்னு எனக்குத் தெரியணும்... அவ்வளவுதான். நான் என்ன தப்பு செஞ்சேன்?”

திரும்பத் திரும்ப “sorry” வந்ததே தவிர நேர்ப் பதில் கடைசி வரை வரவேயில்லை. மீண்டும் ஒன்றாய் சாப்பிட்டோம்... பழகினோம்... அடுத்த வாரமே தோசை சாப்பிட்டோம்! ஆனால் எனக்கு அந்த நட்பின் அடர்த்தி சற்று நீர்த்துப் போய் விட்டது.

‘மனிதர்கள் ஏன் இவ்வளவு சிக்கலை உருவாக்குகிறார்கள்?’ என்று தீவிரமாய் யோசித்துக் கொண்டிருந்தேன்.

அதன் பிறகு பலமுறை இது போன்ற சண்டைகள் நடக்கும் இடங்களில் இருந்திருக்கிறேன். ஒவ்வொரு முறையும் உற்றுக் கவனித்துக் கொண்டிருப்பேன்.

“அவ புடவை மட்டும் அகல ஜரிகையா?” என்று கேட்கும் சகோதரிகள்...

"அவ ஜாலியா இருக்கா! நான் மட்டும் சமையல் கட்டுல வேகணுமா?" என்னும் அண்ணி நாத்தனார் போராட்டம்... இவை எல்லாம் வெறும் புடவை, சமையல் தொடர்பானவை இல்லை.

"நான் என்ன செய்தேன்? எதற்கு என்னைத் தாழ்த்திப் பார்க்கிறீர்கள்? அவள் மட்டும் என்ன உசத்தி?" என்ற கேள்வியே அதன் பின் பூதாகரமாக நிற்கிறது.

அது புரியாமல் அதை புடவைச் சண்டை என நினைத்துக் கொள்கிறோம்.

தோசையை முன்னிட்டு நடந்தாலும் அது தோசைக்கான சண்டை இல்லை! ஆமாம் தானே?

இது போல் இன்னும் என்னென்ன சண்டை போடுகிறோமோ ! பட்டியல் போட்டால் தெரிந்து விடும்!

60.
அதனால் என்ன...?

சுமார் நாற்பது ஆண்டுகள் முன்பு ஒரு கோடை விடுமுறை நாள். வெயில் கண் கூசும் மத்தியான வேளையில் இருவர் என் அம்மாவைத் தேடி வந்தனர்.

"டீச்சர்! இது என் பொண்ணு. இவ உங்க கிட்டத்தான் படிச்சா. கல்யாணத்துக்குப் பார்த்துகிட்டு இருக்கோம்... வேணாம்னு பிடிவாதம் பிடிக்கிறா. கொஞ்சம் நல்ல புத்தி சொல்லுங்க டீச்சர். இவளுக்கு முடிச்சாத்தான் அடுத்தவளுக்குப் பாக்க முடியும் ..."

என் அம்மா... "சரி... நீங்க வீட்டுக்குப் போயிட்டு கொஞ்ச நேரம் கழிச்சு வாங்க. உங்க எதிர்ல அவ என்னத்தப் பேசுவா?" என்று அந்த அம்மாவை அனுப்பி விட்டார்.

எனக்குத் தலையைக் கோதி விட்டு வெயிலில் போய் நிற்கும்படி சொல்லி விட்டு அந்தப் பெண்ணுடன் பேச ஆரம்பித்தார். எனக்கு அரைகுறையாய்ப் பேச்சு காதில் விழுகிறது... முழுதாய் விவரம் புரியவில்லை!

மெல்ல நகர்ந்து அவர்கள் பக்கம் போனேன்! தலையைக் காய வைத்துக் கொண்டு இருந்தாலும் காது என்னவோ அவர்கள் பேச்சில்தான்!

அந்தப் பெண் கண்ணைத் துடைத்துக் கொண்டாள்.

"அவன் என்னைக் கல்யாணம் பண்ணிக்குவான்னு நம்பினேம்மா. அதான் லெட்டர்லாம் எழுதினேன். இப்போ இல்லன்னு ஆயிடுச்சு. அவன் வந்து நா எழுதின லெட்டரை எங்க வீட்ல காமிச்சா என்ன செய்யறது? எல்லாரும் தூக்குல தொங்கிடுவாங்கம்மா..."

(என் அம்மா தமிழ் ஆசிரியை என்பதால் அப்போது மாணவிகள் "அம்மா" என்றுதான் அழைப்பார்கள். இப்போது எப்படி என்று தெரியவில்லை.)

"லெட்டர்தான எழுதின? விடு... அதனால் என்ன?"

அந்தப் பெண்ணுக்கு ஆச்சரியம்! எனக்கும்!

"இங்க பார்... நீ பயந்தாதான் பிரச்னை. முதல்ல பயப்படாத. அவன் சரியில்லன்னு ஒதுங்கிட்ட. அதான் புத்திசாலித் தனம்! தைரியமா வீட்ல சொல்ற பிள்ளைய கல்யாணம் பண்ணிக்க. ஒழுங்கா குடித்தனம் பண்ணு.

அவன் லெட்டர் கொண்டு வந்தா நா பேசறேன்... உங்க அப்பா கிட்ட. போ... இப்ப ஒண்ணும் ஆயிடல. போ..!"

இரண்டு காதல் கடிதம் எழுதி விட்டுப் பெண்கள் எப்படி எல்லாம் பயந்து போய் இருந்தார்கள் என்று இப்போது நினைத்தால்... நம்பக் கூட முடியவில்லை!

பிறகு நான் கல்லூரிப் படிப்பு முடித்த பிறகு ஒரு நாள் என் அம்மாவிடம் இந்தச் சம்பவம் குறித்துக் கேட்டேன்.

"ஆமா. பொண்ணுங்க எப்பவும் யார் என்ன சொல்வாங்கன்னு பயந்துதான் இருக்காங்க. உங்கப்பா என்னைக் காலேஜ்ல சேர்த்தப்ப கூடிக்கூடிப் பேசினாங்க. பொண்டாட்டிய படிக்க வைக்கிறேன்னு சொல்றியே... இது சரியா? ன்னு கேட்டாங்க. 1955 ல அது ரொம்பப் பெரிய விஷயம்! அப்பா அவங்க கிட்ட ஒரே கேள்விதான் கேட்டார்... 'அதனால என்ன?'

நான் வேலைக்கு வந்தப்புறம் பொண்ணுங்கள படிக்க மட்டும் சொல்றது இல்ல. தைரியமா இருங்கன்னும் சொல்லித் தரேன்."

அந்தக் காலகட்டத்தில் பெரும்பாலும் பெண் கல்வியின் அவசியம் புரியவில்லை. பள்ளி இறுதி வரை படிக்க வைப்பதே அரிது. மாப்பிள்ளை கிடைத்து விட்டால் அவ்வளவுதான்... படிப்பு அந்த நொடியே கைவிடப் படும்.

பள்ளியில் அழைத்துப் பேசுவார்கள். பள்ளி இறுதிவரை மட்டுமாவது படிக்க வையுங்கள் என்று சொல்வார்கள்.

"படிச்சு என்ன பண்ணப் போவுது? கல்யாணந்தான் முக்கியம். படிப்பு இல்லன்னா என்ன?" என்று கேட்ட பெற்றோர் எண்ணிக்கை அதிகம்.

"அதனால் என்ன?"

ஆமாம். இரண்டே வார்த்தைகள் தான். ஆனால் அவை ஏற்படுத்தும் மாற்றங்கள் அதிகம்.

அதனால் என்ன? என்ற கேள்வியால் நல்லதும் நடக்கலாம்... கெட்டதும் நடக்கலாம்.

எதற்கு யார் எங்கு பயன்படுத்துகிறோம் என்பதைப் பொறுத்து விளைவுகள் மாறும்.

நிறைய நேரங்களில் ஒரு விஷயம் சரி என்று நம் மனதிற்குப் படும். ஆனால் மற்றவர்கள் என்ன சொல்வார்கள் என்று தயங்குவோம். அது நன்மை தரும் என்று தெரிந்தாலும் தனியாய் முடிவெடுக்க முடியாமல் தடுமாறுவோம்.

அப்போது எல்லாம் பொறுமையாய் ஆனால் அழுத்தமாய்ப் பிறரை எதிர்கொள்ள இந்தக் கேள்வியைப் பயன்படுத்திக் கொள்ளலாம்...

"அதனால் என்ன...?"

61.
நிரூபித்தல்

எட்டாம் வகுப்பு மாணவிகள் ஒன்றாய் அமர்ந்து சாப்பிட்டுக் கொண்டிருந்தோம். ஒருத்தி தன் தெருவில் நடந்த சண்டையைப் பற்றிச் சொன்னாள். என் தோழி ஒருத்தி "இதெல்லாம் ஒரு தெருவா? எங்க தெரு மாதிரி வராது. ஒரு வீட்டுல இட்லி சுட்டா எல்லா வீட்டுலயும் இட்லிதான்!" என்றாள்! எனக்கு ஒரே ஆச்சர்யம்! ஓ! இப்படிக் கூட நடக்குமா?

மறுநாள் இந்த சம்பவத்தைப் பாராட்டி இன்னொரு தோழியிடம் சொன்னேன். அவள் பதிலுக்கு என்னைப் பார்த்து "உனக்கு அறிவிருக்கா?" என்று விசாரித்தாள்! நான் ஓடிப்போய் "தெருப் பூரா இட்லி சுட்ட தோழியை" அழைத்து வந்தேன்! அவள் அலட்டிக் கொள்ளாமல் "அது எப்படிப்பா தெருப் பூரா இட்லி சுட முடியும்? ஒரு வீட்டுல சுட்டா எல்லா வீட்டுக்கும் குடுப்போம்னு சொன்னேன்!" என்றாள்! இரண்டாம் தோழி என்னை ஏற இறங்கப் பார்த்து விட்டுப் போய் விட்டாள்!

சும்மா இருக்க வேண்டியதுதானே? (நான் என்னைச் சொன்னேன்...!) அடுத்த வகுப்பில் இருக்கும் என் நெருங்கிய தோழியிடம் போய் புலம்பித் தள்ளினேன்! அவள் என்னை இழுத்துக் கொண்டு சரசரவென்று "இட்லி தோழியிடம்" போனாள். "என்னடி... கதை அளந்துக்கிட்டிருக்க? ஏமாந்தவ மாட்டினா (நாந்தான்...) என்ன வேணும்னாலும் பேசுவியா? சொல்லு கேப்போம்!" என்றாள்.

அவள் வழக்கம் போல் அலட்டிக் கொள்ளாமல் சொன்னாள் "ஏம்பா! எங்க வீட்டுல இட்லி சுட்டா குழந்தைக இருக்கிற வீட்டுக்குக் குடுப்போம்னு சொன்னேன்! அதுக்கு ஏன் கோச்சுக்கற?"

நான் பதற்றமாய் "நிஜமா சொல்லு! நீ அப்படியா சொன்ன?" என்று கேட்டேன். "பின்ன? இவளை வேண்ணா கேட்டுப் பாரு! ஆமாந்தானடி?" என்று அருகில் இருந்தவளைக் கேட்டாள்! அவள் ஆமாம் என்று உடனே தலையாட்டி விட்டாள்!

நான் உலகமே எனக்கு எதிராகத் திரும்பி விட்டது போல் உணர்ந்து சோகமாய் வீடு வந்து சேர்ந்தேன். அப்பாவுக்கு என் முகத்தைப் பார்த்ததும் புரிந்து விட்டது! அவர் கேட்டதும் நான் எல்லாக் கதையையும் சொன்னேன்.

“அது என்ன சொன்னா உனக்கென்ன? நீ எதுக்கு அதை சுமந்துக் கிட்டு அலையற?”

“அப்பா! நடக்க முடியாத ஒண்ணை நடந்தா மாதிரிப் பேசறா! தினமும் மாத்தி மாத்திப் பொய் வேற சொல்றா! அதான் எனக்குக் கோவமா வருதுப்பா! அதுக்கு வேற ஒருத்தி ஆமான்னு சொல்றாப்பா...!”

அப்பா என்னைச் சமாதானம் செய்தார்.

“இப்படியும் ஆளுங்க இருப்பாங்கதான். கண்டுக்காம போயிடணும். நமக்கு உருப்படியா செய்ய எவ்வளோ வேலை இருக்கு?

ஒரு முட்டாள்தனத்தை நிரூபிக்கப் போனா நம்ம முட்டாளாக் கிடுவாங்க!

விட்டுட்டுப் போ!”

அதன் பிறகு முட்டாள்தனத்தை மட்டுமில்லை! புத்திசாலித் தனத்தையும் நிரூபிக்க நான் முயற்சி செய்வதே இல்லை! எல்லோருக்கும் உண்மை பொய், முட்டாள் அறிவாளி எல்லாம் புரியும். புரியாதது போல் எதன் பொருட்டோ நடிக்கிறார்கள்! நாம் எதற்கு நம் தொண்டை நீர் வற்ற சொல்லிக் கொண்டிருப்பது?

பலநாள் கழித்து "இட்லி தோழியிடம்" தனிமையில் சிரித்துக் கொண்டே கேட்டேன்... "இப்படி பொய் சொல்றதால உனக்கென்ன லாபம்?"

"எவடி இவ! தபாரு..! என்னச் சுத்தி எத்தன பேரு இருக்காங்க? அதான் கெத்து! உன்ன ரெண்டு நாள் எப்பிடி சுத்த உட்டேன்..! அதான் ஜாலி! போ...போ! இதையும் போய் சொல்லி எவளையாவது கூட்டிக் கிட்டு வராத!"

அதைக் கேட்ட பிறகு எனக்கு முழுதாய்ப் புத்தி வந்து விட்டது!

நம்முடைய புத்திசாலித்தனமோ அடுத்தவருடைய முட்டாள்தனமோ

எதையும் யாருக்கும் நிரூபிக்க வேண்டிய தேவை இல்லா விட்டால் வாழ்க்கை சிக்கலற்றுப் போகும்! இல்லையா?

62.
வெறும் உணவா?

பள்ளி செல்லும் காலங்களில் மாலை வீட்டில் யாரேனும் விருந்தாளி வந்திருந்தால் அவ்வளவு சந்தோஷமாகி விடும்! அம்மா நம்மை நச்சரிக்க (?) மாட்டார் என்பது தொடங்கி எத்தனையோ காரணங்கள். அவற்றில் முக்கியமான ஒன்று ஊரிலிருந்து வரும் பலகாரங்கள்! அவற்றில் சில அம்மா செய்வதை விட சுவையில் குறைவானதாகவே இருந்தாலும் அதை வாய் வலிக்கத் தின்று விட்டு இரவுணவை சாப்பிடாமல் போய் படுத்துக் கொள்வது சிறப்பு! வந்தவர் முன்பு அம்மா திட்ட மாட்டார் என்பது கூடுதல் சிறப்பு!

சில உறவுகளுக்கு அம்மா பலகாரம் செய்து கொடுத்து அனுப்புவார். அந்த நாட்களில் சோற்றுப் பக்கம் தலை வைத்துப் படுத்ததில்லை! பண்டிகை நாட்களில் நிச்சயம் இனிப்பும் எண்ணெய்ப் பலகாரங்களும் இருக்கும். இதில் அக்கம் பக்கம் இருப்பவர்கள் பகிர்ந்து கொள்பவை வேறு.

ஒவ்வொரு வீட்டிலும் சிறப்பான உணவு வகை என்று ஒன்றாவது இருக்கும். அது வழி வழியாய் வந்ததாய் இருக்கலாம். அல்லது அந்த வீட்டுப் பெண்மணியின் ஆர்வம் சார்ந்த ஒன்றாய் இருக்கலாம். எதுவாயினும் உணவு வகைகள் விதவிதமாக இருந்தன.

இன்றைய தேதியில் ஒரு பிறந்த நாள் வந்தால் என்ன செய்கிறோம்? வரும் முன்பே முதலில் எந்த உணவகம் நன்றாக இருக்கும் என்று தேடுகிறோம்... எங்கள் வீட்டையும் சேர்த்துதான் சொல்கிறேன்!

நம் ஞாபக அடுக்குகளில் இருந்து தேடி (!) ஏதாவது தின்பண்டம் செய்தால் "அய்யோ! இவ்வளவு எண்ணெய் ஆகாது!" என்று சொல்லி விட்டு உணவகத்தில் பரோட்டா தின்கிறார்கள். செய்த பாவத்துக்கு நாமே வைத்துக் கொண்டு தின்று தீர்க்க வேண்டியதுதான்!

இந்த நிலையைப் பற்றித் தீவிரமாய் யோசித்துப் பார்த்தால் கொஞ்சம் பயமாக இருப்பது எனக்கு மட்டும்தானா?

இப்போது பத்து வயதுக்குள் இருக்கும் குழந்தை வருங்காலத்தில் ஐம்பது வயதை அடையும்போது அதன் நினைவில் என்ன உணவு இருக்கும்? எந்தப் பண்டிகைக்கு எந்த உணவகம் போனோம் என்று பதிந்து இருக்குமா? சிறப்பு உணவு என்றாலே பீட்ஸா, பர்கர், வட இந்திய உணவுகள் என்று நினைவு வருமா? வீட்டு உணவு என்றால் அது நூடுல்ஸ் மட்டும் என்று ஆகி விடுமோ?

உணவு என்பது ஒரு சங்கிலித் தொடர் இல்லையா? உறவுகளையும் உணர்வுகளையும் தொடர்ந்து இணைப்பது அல்லவா அது?

ஆசைக்கோ அவசியத்துக்கோ வெளியில் உண்பது ஒன்றும் தவறில்லை. ஆனால் சிறப்பு உணவு என்றாலே வெளியில்தான் என்பதுதான் சற்றுக் கவலை அளிக்கிறது. தினப்படி சமையலைத் தவிர வேறு எதுவும் வீட்டில் சமைப்பது இல்லை பெரும்பாலும்.

ஆண் பெண் யாராய் இருந்தாலும் உங்கள் வீட்டுப் பெரியவர்களிடம் கேளுங்கள்...

"நம்ம வீட்டு ஸ்பெஷல் சமையல் என்ன?" என்று. சிரத்தையுடன் கேட்டு அதை சமைத்துச் சாப்பிட்டுப் பாருங்கள். சாப்பிடும்போது நினைத்துப் பாருங்கள்...

"இது என் பாட்டி செய்து பரிமாறிய உணவு! என் அம்மா ருசித்து சாப்பிட்ட உணவு! உறவுகள் சாப்பிட்டுப் பாராட்டிய உணவு! இதை இன்று செய்து சாப்பிட வாய்த்தது எனக்கு!"

உண்மையாகவே அத்தனை அற்புதமாய் இருக்கும்! வயிறு மட்டுமல்ல... மனசும் நிறைந்து போகும்! உணவென்பது வெறும் உணவு மட்டுமல்ல! ஆமாம்தானே...?

63.
பெயர் பெற்ற பெண்கள்!

நான் கல்லூரி இறுதித் தேர்வு எழுதிய உடனே வேலையில் சேர்ந்து விட்டேன். எனவே கல்லூரி விடுதியில் இருந்து நேராக உழைக்கும் மகளிர் விடுதிக்குப் போய் விட்டேன். இரண்டும் விடுதிகள்தான். ஆனால் சூழல் வெவ்வேறு.

எல்லோருமே என்னை விட மூத்தவர்கள். வேலைக்கு ஓடிக் கொண்டே வாழ்க்கையைத் துரத்துபவர்கள். அங்கு சமையலறையில் இருப்போரைத் தனியாகக் கவனித்தால் மட்டுமே நல்ல உணவு கிடைக்கும் என்பதெல்லாம் தெரியாமல் அவஸ்தைப் பட்டுக் கொண்டு இருந்தேன். என்மீது பரிதாபப்பட்ட ஒரு பெண்மணி என்னுடன் நட்பாகி விட்டார்!

வாழ்க்கை மீதான என் பார்வையை மாற்றியவர் அவர்.

"நாளைக்கு நான் வெளிய போறேன். பத்திரமா இரு."

எங்கே என்று கேட்டால் தப்பாகி விடுமோ என்று பேசாமல் தலை ஆட்டினேன்.

"என் புருஷன் வராரு. அவரோட ஹோட்டல் போய் தங்கிட்டு சண்டே வந்துடுவேன். என்ன?"

"அக்கா! வீட்டுக்குப் போகலயேன்னு உங்களுக்குக் கஷ்டமா இல்லையா?"

"அதெல்லாம் இல்ல! மாசத்துக்கு ஒரு தரம் அவரு வந்து போவாரு. நான் தீபாவளிக்கு மட்டும் ஊருக்குப் போவேன். பன்னெண்டு வருஷமா இப்படித்தான் இருக்கேன். குழந்தை வேண்டாம்னு விட்டுட்டோம்.

இதுவே நல்லா இருக்கு! வேலைக்குப் போய் வந்தா போதும். நிம்மதியா சாப்பிட்டுத் தூங்கலாம். யாருக்கும் பதில் சொல்ல

வேணாம். ரெண்டு நாள் மாமியார் வீட்டுக்குப் போனா ரெண்டு நிமிஷம் கூட நிம்மதியா இருக்க முடியாது.

திமிர் பிடிச்சவ... வாழாவெட்டி... மலடி... இப்படி என் காதுல விழற மாதிரி பேசிக்கிட்டே இருப்பாங்க. இதுங்கள எல்லாம் அட்ஜஸ்ட் பண்ணிக் கிட்டு வாழ்ந்து என்ன சாதிக்கப் போறேன்? போ...! கடைசி வரைக்கும் இந்த ஹாஸ்டல் தான்..."

"உங்க வீட்டுக்காரரை ஒண்ணும் சொல்ல மாட்டாங்களா?"

"அவரு ஆம்பிளையாச்சே! அதனால பாவம்னுவாங்க...! எல்லாக் கெட்ட பேரும் எனக்குத்தான்! ஆனா ரெண்டு பேரும் சேர்ந்துதான் இப்படி முடிவு பண்ணோம். அது பெரிய குடும்பம். என் சம்பளத்துல பாதி மாமியார் குடும்பத்துக்குப் போவுது. அதை யாரும் வெளிய மூச்சு விட மாட்டாங்க."

நிஜமாகவே அன்றிரவு தூங்க முடியவில்லை.

ஞாயிறு அன்று அவர் விடுதிக்குத் திரும்பியவுடன் கேட்டேன்.

"நிஜமாவே இந்த வாழ்க்கை உங்களுக்குப் பிடிச்சிருக்கா?"

"நானும் நல்லா வாழ ஆசைப் பட்டு இருக்கேன். என் சம்பாத்தியம் தேவை இல்லாத வீடு... நல்லா சம்பாதிக்கிற புருஷன்! பிக்கல் பிடுங்கல் இல்லாத நல்ல மனுஷங்க... ஓடியாட ரெண்டு குழந்தைங்க! ஆனா இது எதுவுமே நடக்காதுன்னு தெரிஞ்ச அப்புறம்... இதான் வாழ்க்கைன்னு ஏத்துக்கிட்டேன். வேற என்ன செய்யறது?"

என் ஊரில் குடும்பத்தைப் பிரிந்து வாழும் எனக்குத் தெரிந்த ஆசிரியைகள் அனைவரும் கண் முன் வந்து போனார்கள்.

போன தலைமுறைப் பெண்கள் படித்து விட்டாலோ வேலைக்குப் போனாலோ உடனே "திமிர் பிடித்தவள்" என்ற பட்டம் ஒட்டிக் கொள்ளும்.

இது போன்ற பட்டங்களைத் தருபவர்களும் பெண்கள்தான்!

ஏன் எப்போதும் எல்லா அவப் பெயரும் பெண்களுக்கே தரப்படுகிறது...?

ஐந்து மாதங்கள் கழித்து என் அம்மாவுக்கு வந்த மாரடைப்பால் நான் வேலையை விட்டு விட்டு என் ஊருக்குச் செல்ல நேர்ந்தது. எனவே அந்த விடுதி வாழ்க்கை ஐந்து மாதங்கள் மட்டுமே.

இரண்டு ஆண்டுகள் சென்ற பிறகு என் திருமண நாள் வந்தது. மேடையில் வியர்த்துக் கொட்டியது. புகைப்படம் எடுக்கும்போது முகத்தை என் கைக்குட்டையால் துடைத்துக் கொண்டேன். சற்று தொலைவில் இருந்து என் காதில் விழும்படியாக ஒரு பெண் குரல் கேட்டது.

"ஊரு உலகத்துல இவளுக்கு மட்டும் தான் வேர்க்குதாம்! எல்லாம் படிச்ச திமுரு...! அலட்டறா...!"

சட்டென்று நான் தங்கி இருந்த உழைக்கும் மகளிர் விடுதி ஒரு மின்னலைப் போல் மனதில் வந்து போனது...!

64.
ஒரு நாள் கூத்து

1988 ஆம் ஆண்டு. நான் ஆசிரியையாய்ப் பணி செய்த பள்ளியில் ஆண்டு விழாவிற்கான ஏற்பாடுகளை செய்து கொண்டு இருந்தோம். அதிக எண்ணிக்கையில் நடன நிகழ்ச்சிதான் இருக்கும். அப்போது தனியார் பள்ளிகள் தலையெடுக்கத் தொடங்கிய காலம். வித விதமான உடைகளில் குழந்தைகள் நடனம் ஆடுவது பார்த்து தங்கள் பிள்ளைகளையும் அதே பள்ளியில் சேர்க்க வேண்டும் என்று பெற்றோர் ஆசைப் பட்ட காலம் அது.

இரண்டாம் வகுப்பு மாணவி ஒருத்தி நன்றாகப் படிப்பாள். எதைச் சொல்லிக் கொடுத்தாலும் கற்பூரம் போல் பிடித்துக் கொள்ளும் அறிவு! எனவே நான் சொல்லிக் கொடுத்த நடனங்களில் முன் வரிசையில் ஆட வைத்தேன்.

தினமும் பயிற்சி நடக்கும். பிள்ளைகளுக்கு சொல்லிக் கொடுக்க ஆடி ஆடி நான் சோர்ந்து போய் வீடு வருவேன்! என் அம்மா எல்லோரிடமும் சொல்வார்... "பாருங்க! ஒரு நாள் கூத்து! அதுக்கு இப்படி ஆடி நாலு கிலோ குறைஞ்சே போயிட்டா. சொன்னா கேக்கறதே இல்ல!"

எல்லோரும் ஆவலுடன் ஆண்டு விழாவுக்கு ஒத்திகை பார்த்துக் கொண்டிருந்தோம். இரண்டு நாட்கள் முன்பு திடீரென்று தேதியை மூன்று நாட்கள் தள்ளி வைத்து விட்டார்கள். சரி... இன்னும் நன்றாகப் பிள்ளைகளுக்குப் பயிற்சி கொடுக்கலாம் என்று பேசிக் கொண்டு அவரவர் வீடு போய்ச் சேர்ந்தோம்.

அன்று இரவு ஒன்பது மணியளவில் அந்த மாணவியின் சித்தி வந்து எங்கள் வீட்டுக் கதவைத் தட்டுகிறார். ஆண்டு விழாவுக்காக பாண்டிச் சேரியில் இருந்து வீடியோ எடுக்க ஆள் ஏற்பாடு செய்து

இருப்பதாகவும், தள்ளி வைத்த தேதியில் வர மறுப்பதாகவும் சொல்லிக் கைகளைப் பிசைந்து கொள்கிறார்.

அப்போது வீடியோ, ஃபோன் எல்லாமே அரிதான விஷயங்கள் அல்லவா? மாணவியின் பாட்டிக்குக் கண் கலங்கி விட்டது.

"இவ அம்மா குவைத்ல இருக்காம்மா. வருஷம் ஒரு தடவ வருவா. இவ டான்ஸ் ஆடுறதை வீடியோ எடுத்து அனுப்புவோம்னு காத்துக் கிட்டு இருக்கா. முடியாதுன்னு எப்படிம்மா சொல்றது?"

நான் ஒரு முடிவுக்கு வந்து விட்டேன்.

"உங்க வீட்டில் டான்ஸ் ஆட இடம் இருக்கா?" என்று கேட்டேன்.

"இருக்கும்மா! பெரிய ஹால்…"

"சரி… அதை அலங்காரம் பண்ணுங்க. வீடியோவை வரச் சொல்லுங்க. மத்த பசங்க அப்பா அம்மா கிட்ட போய் விஷயம் சொல்லுங்க. நானும் பேசறேன். முதல்ல வச்ச தேதில வீடியோ எடுத்து அனுப்பிடலாம். நான் பார்த்துக்கறேன்…"

அவ்வளவுதான்…! அந்தக் குடும்பம் தீயாய் வேலை செய்தது!

குழு நடனங்கள் என்பதால் எல்லோரையும் ஆட வைத்து, பின்பு அந்த மாணவியைத் தனியே பாட வைத்து எல்லாம் முடிக்கும்போது இரவு பத்து மணியாகி விட்டது. மற்ற பிள்ளைகளை நன்றி சொல்லி அனுப்பி விட்டுக் களைத்துப் போய் ஒரு நாற்காலி தேடி அமர்ந்தேன். வீடியோ எடுத்தவர் மெல்ல அருகில் வந்தார்.

"டீச்சர்! டேப்புல நிறைய இடம் இருக்கு. இன்னும் ரெண்டு டான்ஸ் ஆட வச்சா நல்லாருக்கும். இவ்வளவு செலவு செஞ்சு வெளிநாட்டுக்கு டேப் அனுப்பறாங்க. அதான் சொல்றேன். எதாவது செய்ய முடியுமான்னு பாருங்க…"

நான் சிறுமியை அழைத்தேன். சில நடன அசைவுகளை சொல்லிக் கொடுத்தேன். ஆடினாள்! ஆனால் எந்த அபிநயத்திற்குப் பிறகு எது வரும் என்று புரியாமல் குழம்பினாள்.

வேறு வழியில்லை…! நான் என் புடவையை இழுத்துச் சொருகிக் கொண்டேன்! கேமராவுக்குப் பின்னால் நின்று நான் ஆட … என்னைப் பார்த்து கேமராவுக்கு முன்னால் நின்று கொண்டு சிறுமி ஆட… ஒரு வழியாய் மேலும் இரு நடனங்கள் பதியப் பட்டன!

வீடியோகிராபர் கிளம்பும் போது தயங்கியபடி சொன்னார்…

"அருமையா ஆடினீங்க! உங்க ஆட்டத்தையும் பதிவு பண்ணா நல்லா இருக்கும்! ஆனா நீங்க ஏன் ஒரு ஃபோட்டோவுக்குக் கூட நிக்க மாட்டேன்னு சொல்றீங்க?"

"சரியாப் போச்சு! எனக்கு அடுத்த மாசம் கல்யாணம்! எந்த போட்டோவும் எடுத்துக்கக் கூடாதுன்னு சொல்லித்தான் எங்கம்மா அனுப்பி இருக்காங்க! அதனால வேணாம்!"

அதற்குள் அந்த மாணவியின் அம்மா குவைத்தில் இருந்து பேசினார்கள். இந்தப் பிரச்னை அவர் காதுக்கும் போனது! அவர் கட்டாயம் என்னை ஒரு புகைப்படம் எடுத்து அனுப்புமாறு அவர் வீட்டுக்குக் கட்டளை இட்டார்!

"அய்யோ! இவங்கம்மா திட்டுவாங்களே!" என்று புலம்பிய குடும்பம் ஒரு வழி கண்டு பிடித்து விட்டது! அவர்கள் அனைவரும் சேர்ந்து நின்று பிரார்த்தனை செய்யும்போது அவர்கள் நடுவே என்னையும் நிற்க வைத்து விட்டார்கள்! எனக்காகவும் நிஜமாகவே பிரார்த்தனை செய்தார்கள்!

ஒரு புகைப்படம் எடுக்க என்னவெல்லாம் தடை...? என்ன செய்வது! அந்தக் காலம் அப்படி.

அந்த மாணவியின் அம்மா வீடியோ பார்த்து விட்டு என்னிடம் அவர்கள் வீட்டுத் தொலைபேசியில் பேசினார். பேசும்போதே அவருக்கு அழுகை வந்தது. கேட்டுக் கொண்டிருந்த எனக்கு ஒரு விஷயம் தெளிவாய்ப் புரிந்தது... நான் ஏற்பாடு செய்தது நிச்சயம் ஒரு நாள் கூத்து இல்லை. இல்லவே இல்லை! அது எங்கோ இருக்கும் ஒரு தாய்க்கு என்னையறியாமல் நான் அளித்த ஆறுதல்! அதற்கு நாலு கிலோ என்ன... எட்டு கிலோ கூடக் குறையலாம்!

அதற்கடுத்த மாதம் நடந்த என் திருமண விழாவுக்கு வந்து அந்தத் தாய் கலந்து கொண்டார்! அந்தக் குடும்பம் மொத்தமும் என்னுடன் நின்று புகைப்படம் எடுத்துக் கொண்டது... என் அம்மாவின் எதிரிலேயே! என் அம்மாவும் சிரித்துக் கொண்டிருந்தார் அப்போது!

65.
சீசாப் பலகை

நேற்று என் மாணவனுடன் பேசினேன்... 35 ஆண்டுகள் கழித்து! "நீ தினமும் எனக்கு மட்டும் பூ கொண்டு வருவ...! ஞாபகம் இருக்கா?"

"ஆமா மேம்...! வேற யார் கேட்டாலும் தர மாட்டேன்!"

எனக்கு அந்த நாட்களை நினைத்து ஒரு புறம் சிரிப்பு வந்தாலும் இப்போது கூட பெருமையாய்த்தான் இருக்கிறது!

நான் பள்ளிக்குப் போக சில நேரம் தாமதம் ஆகும். வழக்கமாய் மாணவர்கள் வரும் முன்பே போய் விடுவேன். அந்த சில நேரங்களில் மற்ற ஆசிரியைகள் சிறுவனை வம்புக்கு இழுப்பார்கள்.

"சுந்தர்! பூ எனக்குத் தானே?"

சுந்தர் கொஞ்சம் முறைப்பாக,

"இல்ல! இது எங்க கண்ணாடி மிஸ்ஸுக்கு! உங்க கிட்டக் குடுக்க மாட்டேன்!"

"டேய்! அவங்க இப்போதான வந்தாங்க! நான்தானே ரொம்ப நாளா இருக்கேன்?"

இதற்கு பதில் சொல்லத் தெரியாமல் வாசலை எட்டி எட்டிப் பார்த்துக் கொண்டு நிற்பான்!

என்னைப் பார்த்ததும் ஒரே ஓட்டமாய் ஓடி வந்து கையில் இருக்கும் பூவை நீட்டிக் கொண்டே மற்ற ஆசிரியைகள் கேட்டது பற்றிச் சொல்வான். அவர்களுக்கும் சிரிப்பு வரும். பேசி முடித்து விட்டு அவரவர் வேலையைப் பார்க்கப் போகும்போது முத்தாய்ப்பாய் ஒன்று சொல்லி விட்டுப் போவார்கள்!

"என்னதான் கரடியாய்க் கத்தி சொல்லிக் கொடுத்தாலும் இதுங்களுக்கு கண்ணாடி மிஸ்ஸைத்தான் பிடிக்குது!"

ஒரு சிறுவனின் அன்பைப் பெறும் அதே நேரம் நான் நான்கு பேரின் மெலிதான வெறுப்பையும் சேர்த்தே சம்பாதித்துக் கொண்டு இருந்தேன்!

நியூட்டனின் மூன்றாம் விதி!

மற்றொரு சமயம் நேர்மாறான நிகழ்வு. பலரின் பிரியத்தைத் திரட்டி வைத்திருந்தேன் என்று ஒரே ஒருவரின் வெறுப்புக்கு ஆளாக நேர்ந்தது. அப்போது நான் கல்லூரி மாணவி.

செய்முறை வகுப்பில் சீக்கிரம் முடித்து விட்டால் அங்கங்கு அமர்ந்து கதை பேசுவதும் படிப்பதும் சகஜம்தான். அப்படி ஒருநாள், புதிதாய் வந்த ஆசிரியரிடம் மாட்டினேன்... கையில் கதைப் புத்தகத்தோடு!

நேராய் கல்லூரி முதல்வர் அறைக்கு அழைத்துச் சென்று விட்டார்! (கொஞ்சம் அதிகம்தான் ... இல்லை?) முதல்வர் என்னைப் பார்த்தார்.

"என்ன நிபுணமதி! அடுத்த மாசம் ஆண்டு விழா வருதே... ஏற்பாடு எப்படி இருக்கு?" என்றார்! (நான் தமிழ் மன்றச் செயலாளர்)

ஆசிரியர் கோபத்துடன் "கிளாஸ் டைம்ல கதை படிக்கிறாங்க. இது எத்தனை மோசம்னு கேளுங்க" என்றார்.

முதல்வர் "என்ன புக்?"

நான் "ஜெயகாந்தன் மேடம்!"

முதல்வர் "அந்த மட்டுக்கும் நல்ல புக்காவது படிக்கிறாளே! விடுங்க சார்! நிபுணமதி! நீயும் இனிமே கிளாஸ்ல கதை படிக்காத. என்ன? சார் கிட்ட ஸாரி சொல்லிட்டுப் போ."

நான் பாவமாய் முகத்தை வைத்துக் கொண்டு (அதெல்லாம் சரியாகச் செய்து விடுவேன்!) மன்னிப்பு கேட்டு விட்டுப் போய் விட்டேன். அடுத்த நான்கு மாதமும் அவருக்கு என் மீது கோபம் போகவே இல்லை. அதன் பிறகு எனக்குப் படிப்பு முடிந்து போய் விட்டது! நல்ல வேளை!

எங்களுக்கு வகுப்பெடுக்க அண்ணா பல்கலைக் கழகக் கல்லூரியில் இருந்து ஒரு ஆசிரியர் வருவார் - குணசேகர். அருமையாய்ப் பாடம் நடத்துவார். அத்தனை மாணவிகளுக்கும் பிடிக்கும்.

கல்லூரி முடியும் தருவாயில் வகுப்பில் அவருக்கு ஏதாவது பரிசு தரவேண்டும் என்று பேசிக் கொண்டோம். அது அவர் காதுக்குப் போய் விட்டது. அவர் மறு வகுப்பில் சொன்னார்...

"எனக்குப் பரிசு தாங்க! ஆனா எனக்குப் பிடிச்சத தர முடியுமா?"

எல்லோரும் சத்தமாய் "தரோம் சார்!"

"நிபுணமதி! என்னைப் பத்தி ஒரு கவிதை எழுதித் தருவியா? அதான் எனக்குப் பரிசு!"

நான் எழுந்து நின்றேன். "சார்! என்னால எழுத முடியுமான்னு தெரியல சார். நான் இதுவரை மனுஷங்கப் பத்தி எழுதினதே இல்ல சார்."

"சூப்பர்! அப்போ முதல்ல என்னைப் பத்தி எழுது!"

ஒரு வாரம் கழித்து அவரைப் பற்றி ஒரு கவிதை எழுதிக் கொடுத்தேன். "எப்படி இருக்கு சார்?"

"இதை frame பண்ணி என் வீட்டில் மாட்டப் போறேன்!" (சோகம்! அந்தக் கவிதை எனக்கு மறந்து விட்டது!)

கல்லூரி இறுதி நாள் விழாவில் வந்து கலந்து கொண்டார். எல்லோரும் போய் சுற்றி நின்று கொண்டோம்.

"நானும் ஒரு கவிதை எழுதி இருக்கேன். படிக்கவா?" என்றார்.

எங்கள் கூச்சலுக்கிடையில் ஒரு தாளைப் பிரித்தார் ... படித்தார்.

"கூவத்தின் ஓரத்தில் ஒரு குறிஞ்சி மலரா?"

(எங்கள் கல்லூரி அருகில் கூவம் ஒரு கால்வாயாக ஓடுகிறது!)

எல்லோரும் கத்தி, ஒருத்தி விசில் அடித்து விட்டுப் பிறகு ஒருத்தி கேட்டாள்... "யாரு சார் அது?"

"நிபுணமதி தான்! வேற யாரு?"

எல்லோரும் பலமாய்க் கூச்சல் போட்டு மீதிக் கவிதையைப் படிக்கவே விடவில்லை! ஒரு நொடியில் என் தோழிகளின் வெறுப்பைச் சுமந்து கொண்டு நிற்கும்படி ஆகி விட்டது!

அவர் விலாசம் கொடுத்து தன் வீட்டுக்கு அழைத்தார். அவர் மனைவி, மகள், மகன் எல்லோருக்கும் அறிமுகப் படுத்த ஆசைப் பட்டார். நான் விடுதி மாணவி என்பதாலும் உடனடியாய் வேலைக்குச் சென்று விட்டதாலும் மீண்டும் சந்திக்கும் வாய்ப்பு அமையவில்லை.

சீஸாப் பலகையில் ஆடுவது போல்தான் வாழ்க்கை போய்க் கொண்டிருக்கிறது. மேலே வரும் அதே நொடியில் அடுத்து கீழே போகத் தயாராய் இருக்க வேண்டும்.

யாரோ ஒருவரின் பிரியத்துக்கு ஆளாகும் அதே நேரம் அதற்காகப் பிறர் வெறுப்பையும் எதிர் கொள்ளத் தயாராக வேண்டும்.

பிரியம் போதும்... எதையும் எதிர்க்கலாம் என்று சில நேரமும், இந்தப் பிரியம் வேண்டாம்... வெறுப்பும் வேண்டாம் என்று சில நேரமும் முடிவெடுக்க வேண்டி இருக்கிறது!

66.
பார்வைகள்

எங்கள் கல்லூரியின் அருகில் இரண்டு கிலோ மீட்டர் தொலைவில் பார்வையற்றோர் பள்ளி இருந்தது. விடுதியில் இருந்து ஒரு குழுவாகச் சென்று அங்கு உதவி செய்ய அனுமதி உண்டு. வார விடுமுறையில் சென்று வருவோம். 1983 - 86 கால கட்டத்தில் நடந்துதான் போய் வருவோம்.

தொடக்கத்தில் அவர்களைப் பார்க்கும்போது கஷ்டமாக இருந்தது. இயற்கை இவர்களை மட்டும் ஏன் இப்படி மூளியாக்கி விட்டது என்று வேதனையாக இருக்கும்.

நிறைய பேருக்கு பாடம் படித்துக் காட்டினால் போதும். சிலருக்கு விளக்க வேண்டும். பாலாஜி என்று ஒரு சிறுவன். என்னிடம் நிறையப் பேசுவான். நான் படிப்பதைத் தன் டேப் ரெக்காடரில் பதிவு செய்து கொள்வான்.

ஒருநாள் என்னிடம் கேட்டான்,

"எங்களைப் பார்த்தால் உங்களுக்குப் பாவமாக இருக்கா அக்கா?"

நான் சற்றுத் தயங்கி "ஆமாம்" என்றேன்.

"நீங்க மூணு பேர் கொஞ்சம் வராந்தாவுக்குப் போயிட்டுத் தனித்தனியா நடந்து வாங்க ! பிளீஸ்!" என்றான்.

நாங்கள் நடந்து வர எங்கள் பெயரை சரியாகச் சொன்னான்!

"அக்கா! நீங்க கண்ணால் பார்க்கிற உலகத்தை நாங்க காதால் பார்க்கிறோம். அவ்வளவுதான். எங்களுக்குத் தெரியாத ஒரு விஷயத்துக்கு நாங்க எப்படி வருத்தப் படுவோம்? அய்யோ!கண் இல்லையேன்னு நாங்க நினைச்சதே இல்ல. எங்களை நீங்க சாதாரணமாப் பாருங்க. அது போதும்", என்றான்.

எவ்வளவு உண்மை! அதுவரை இந்தக் கோணத்தில் நான் யோசித்தது இல்லை.

கல்லூரி முடியும் நேரம். நாங்கள் விடை பெற்றுக் கிளம்பும்போது நிறைய பிள்ளைகள் அழுதார்கள். நான் லேசில் அழுகிற ஆளில்லை என்பதால் சமாளித்துக் கொண்டேன்.

பாலாஜி என்னிடம் ,"அக்கா! என் அப்பா அம்மாவுக்குத் தமிழ் தெரியாது. அதான் உங்க கிட்ட போன்ல பேச முடியல. நீங்க உங்க கல்யாணப் பத்திரிகை அனுப்புங்க. கட்டாயம் மைசூர்ல இருந்து வருவோம்", என்றான்.

பத்தாம் வகுப்புத் தேர்வு எழுதிய சிறுவன்! அரைக்கால் சட்டை யும் டீ ஷர்ட்டும் அணிந்து கொண்டு இருந்த சின்னப் பையன் , பெரிய மனிதனைப் போல பேசுவதைக் கேட்டு எனக்கு சிரிப்புதான் வந்தது.

"சரி!"என்று ஒப்புக் கொண்டேன். அவன் ,"அக்கா! சத்தியம் பண்ணு!" என்றான். அவன் கையில் சத்தியம் செய்து விட்டு வந்தேன்.

இரண்டு வருடங்கள் கழித்து என் திருமண அழைப்பிதழை அவன் மைசூர் விலாசத்திற்கு அனுப்பி வைத்தேன். அத்துடன் அதை மறந்தும் விட்டேன்.

விடிந்தால் எனக்குத் திருமணம். இரவு பன்னிரண்டு மணிக்கு என் அறைக்குத் தகவல் சொன்னார்கள். "உடனே வா! யாரோ காத்திருக்கிறார்கள்."

நான் யாராய் இருக்கும் என்று யோசித்தபடி வெளியில் நடந்து வந்தேன். நான்கைந்து பேருக்கு நடுவில் இருந்து, " நிபுக்கா!" என்ற குரல்!

பாலாஜி! நான் அதிர்ந்து போய் விட்டேன்! தொண்டையில் ஏதோ சிக்கிக் கொண்டது. பேசினால் அழுது விடுவோம் என்று பயமாக இருந்தது.

"வாடா! யார் கூட வந்தே? எப்படி இருக்கே?" என்று அவன் கைகளைப் பிடித்துக் கொண்டேன்.

பேண்ட் ஷர்ட் அணிந்து என்னை விட உயரமாய் நின்றிருந்த அந்தச் சிறுவன் என் தலையில் கை வைத்து சிரித்தான்,

"அக்கா ! எவ்வளவு வளர்ந்துட்டேன் பார்! எதுக்குத் துணை? நான் தனியாத்தான் வந்தேன். சரிக்கா! நீ போய்த் தூங்கு, காலையிலே பாக்கலாம்", என்றான்.

அவனைப் பார்த்துக் கொள்ளும்படி நண்பர்களிடம் சொல்லி விட்டு அறைக்குத் திரும்பினேன்.

நான் உண்மையில் அவனை எதிர்பார்க்கவே இல்லை! அவன் மைசூரில் இருந்து தனியே வந்தானே என்ற நெகிழ்ச்சியா?

நம்ப முடியாத ஒரு நிகழ்வின் அதிர்ச்சியா? இவ்வளவு அன்பிற்கு நாம் அப்படி என்ன செய்து விட்டோம் என்ற எண்ணமா? எல்லாம் சேர்ந்த ஒரு கலவையான உணர்வுடன் ஒரு பெருமிதமும் சேர என் கண்களில் இருந்து வெகு நேரம் கண்ணீர் வந்தபடி இருந்தது!

67.
ஒரே கோடு

எங்கள் எதிர் வீட்டில் ஒரு பெரிய குடும்பம் குடி வந்தது. எங்கள் வீட்டின் முன்பு நடக்கும் மாலை நேரக் கூட்டத்தில் அவர்களைப் பற்றிப் பேச்சு வந்தது. நான் அப்போது பதின்வயதுச் சிறுமி. ஆவலாய் அந்தப் பேச்சுகளைக் கவனித்துக் கொண்டு இருந்தேன்.

"அந்த மாமியார் மருமகள் மேல அத்தனை குறை அடுக்கறாங்க. ஆனா அந்தப் பொண்ணு கிட்ட மாமியாரைப் பத்திச் சொன்னா சிரிச்சுக்கிட்டே போவுது. அழுத்திக் கேட்டாக் கூட தப்பா ஒரு வார்த்தை வரல. நல்ல பொண்ணு... நம்பிப் பழகலாம்...!"

வழக்கம் போல் எனக்குச் சந்தேகம் வந்து விட்டது!

"அது எப்படி! மருமக உண்மை பேசல தானே? அவங்க மாமியாரைப் பத்தி எதுக்கு மறைச்சுப் பேசணும்? அது நல்ல குணமா?"

"குறை சொல்றதுன்னா ஆயிரம் சொல்லலாம். சொல்லிக்கிட்டே இருக்கலாம். ஆனா வேற எதுக்கும் நேரம் இருக்காது... மனசும் வராது.

எல்லாக் கெடுதலையும் ஒரு சிரிப்பில் துடைச்சுப் போட்டுட்டுப் போறது ஒரு பக்குவம். அது வாழ்க்கைக்கு ரொம்ப முக்கியம்...!" என்று எனக்குப் பாடம் நடந்தது.

தவறு செய்பவரைத் திருத்த வேண்டும் என்றால் அதை நேரடியாய் அவரிடமே சொல்லி விடலாம்.

சொல்லிப் பயனில்லை என்றால் அப்படியே விட்டு விட வேண்டும்.

அடுத்தவரிடம் சொல்லிப் பயன் என்ன?

வெறும் வாய்க்கு அவல் போல சில காலம் நம் மண்டை உருட்டப் படும்.

"ஏதோ மனசு விட்டுச் சொன்னால் நிம்மதியாய் இருக்கு"

என்று சிலர் சொல்வோம். உண்மையில் அப்படிச் சொல்லும்போது நம் வேதனை கூடத்தான் செய்யும்.

கேட்பவர்கள் முதலில் சுவாரசியமாய்க் கேட்பார்கள். பிறகு நம்மைப் பார்த்தாலே மெல்ல நழுவி விடுவார்கள்!

என் அம்மா தமிழாசிரியை. வீட்டில் வைத்து விடைத்தாள் திருத்தும் போது நான் மதிப்பெண்கள் கூட்டிப் போடுவேன். சில தாள்களில் எழுத்துப் பிழைகளைச் சுட்டிக் காட்டி திருத்தி இருப்பார். சில தாள்களில் ஒரு பக்கம் முழுவதற்கும் சேர்த்து குறுக்கே ஒரே கோடு போட்டு ஒற்றை மதிப்பெண் கூட தராமல் விட்டு இருப்பார்.

கேட்டால் பதில் இப்படி வரும்...

"ஒண்ணு ரெண்டு தப்புன்னா திருத்தி சொல்லிட்டு மார்க் கொடுக்கலாம். ஒவ்வொரு வரியிலயும் தப்பு இருந்தா என்ன செய்யறது? முழுக் கட்டுரையையும் நான் புதுசா எழுதற மாதிரி ஆயிடும். அதான் ரொம்பத் தப்பு இருந்தா ஒரே கோடு போட்டு அடிச்சிட்டுப் போயிடறது...!"

ஆம்! எவ்வளவு சுலபம்! ஒன்றோ இரண்டோ பிழைகள் எனில் ... குறைகள் எனில் சொல்லித் திருத்தலாம். அதிகம் என்று நாம் நினைத்தால்... ஒரே கோடு போட்டுக் கடந்து விடலாம்!

நமக்குப் புதியவர் எனில் ஒரே ஒரு முகம் திருப்பல் போதும்! மீண்டும் பார்க்காமல் கடந்து போய்க் கொண்டே இருக்கலாம்!

"அய்யோ! விட்டுப் போக முடியாத உறவு இது. குறையை நேராவும் சொல்ல முடியாது. என்ன செய்யறது?" என்றால்...

அத்தனை குறைகளையும் ஒரே ஒரு புன்னகையால் கடந்து செல்லுங்கள்!

குறை இல்லாத மனிதர் என்று நாம் யாரைச் சொல்லி விட முடியும்...?

மனிதர்கள் வேண்டும் எனில்... ஒரு புன்னகைக் கோடு போடக் கற்றுக் கொள்வோம்... கொஞ்சம் கஷ்டப் பட்டாவது!

68.
கூட்டாஞ்சோறு

நாற்பதாண்டுகளுக்கு முன்பு வீடுகளில் கிணறுகள் மட்டுமே இருந்தன. ஆழ்துளைக் கிணறுகள் இல்லை. அதிலும் கயிறும் வாளியும் கொண்டுதான் நீர் எடுக்க முடியும்.

(எங்கள் பேச்சு வழக்கில் "மொள்ள" முடியும்! "தண்ணி மொண்டுக்கிட்டு வரும்போது..." என்ற வார்த்தைகளை எல்லாம் என் பிள்ளைகள் அறியவே இல்லை.)

அப்போது கோடை காலத்தில் கிணறு தூர் வார ஆட்கள் வருவார்கள். குறைந்த பட்சம் இரண்டு பேர். பெரும்பாலும் மூன்று பேர். நாம் தரும் உணவை உண்ண மறுத்து விடுவார்கள். "வேணாந்தாயி! நீ அரிசி புளி மொளகா எல்லாங்குடுத்துடு. நா ஆக்கிக்கிறேன்..."

தோட்டத்தில் இருக்கும் வெந்நீர் அடுப்பும் வெந்நீர்த் தவலையும் வேலை முடியும்வரை அவர்களுக்கே சொந்தம். பள்ளி இல்லாத சலிப்புக்கு அவர்கள் சமைப்பதைப் பார்ப்பது ஒரு சிறந்த பொழுதுபோக்கு!

அரிசி, பருப்பு அனைத்தையும் ஒன்றாய்ப் போடுவார்கள். அது வேகும் நேரத்தில் மிளகாயை அம்மியில் வைத்து ஒட்ட ஒட்ட மையாய் அரைத்து எடுப்பார்கள். (கை எரியுமா எரியாதா?)

அதை வழித்துப் போட்டு புளியைக் கரைத்து ஊற்றி விட்டு ஒரு தேடுதல் வேட்டைக்குப் போவார்கள்! "யம்மா! இன்னா காயி வச்சிருக்க? அப்டியே கடிச்சிக்க ஊறுகா குடு.காரஞ்சாரமா வச்சிருக்கியா? உப்பு ஊறுகா கூடப் போதும்.." என்று அம்மாவிடம் விண்ணப்பம் கொடுத்து விட்டு தோட்டத்தில் இறங்குவார்கள்.

முருங்கைக்காய், முருங்கைக்கீரை, பீர்க்கன், கத்தரி என்று வீட்டுச் செடியில் இருப்பதை எல்லாம் ஒன்றிரண்டாகப் பறித்துக்

கொள்வார்கள். (அம்மா உள்ளிருந்து குரல் கொடுப்பார்... "கொஞ்சம் முத்தினதா பாத்துப் பறி. ஊத்தப் பிஞ்செல்லாம் ஒடச்சிப் போடாத!")

இப்படியாகப் பறித்த காய்களை அரிந்து அரிசி பருப்பு கொதிக்கும் அதே தவலையில் போடுவார்கள். உப்பு பார்த்துத் துழாவி விட்டு பின்பு ஒன்றாய் அமர்ந்து உண்பார்கள். வாசனை வீட்டினுள் நம்மைக் கேட்காமல் நுழையும்! என் அப்பா மூச்சை இழுத்து முகர்ந்தபடி "என்ன ஒரு வாசன வருது! அதான். உங்கம்மா சாப்பாட்டை வேணாம்னுட்டாங்களா?" என்று அம்மாவை வம்புக்கு இழுப்பார்! அம்மா முகத்தில் எள்ளும் கொள்ளும் வெடிக்கும்! சண்டை ஆரம்பிக்கும் முன்பு நான் அப்பாவைக் காப்பாற்றி விடுவேன்! "அம்மா! எனக்கும் கூட்டாஞ்சோறு!" அம்மா தணிந்து போய் "நாளைக்கு செஞ்சு தரேன்..." என்பார். அப்போது அவர் செய்யும் கூட்டாஞ்சோறு இன்னும் நினைத்தால் மணம் வீசுகிறது!

நான் சமீப காலங்களில் கூட அதே போல் சமைக்க முயற்சி செய்து இருக்கிறேன். சோறு ருசியாக இருந்தாலும் மனதில் ஒரு திருப்தி கிடைக்கவே இல்லை. பிறகொரு நாள் மெல்லப் புரிந்தது. என் மனம் தேடுவது வெறும் கூட்டாஞ்சோற்றை இல்லை. அந்த நாளின் ஒரு மீள் நிகழ்வை!

அந்த எளிய மக்களின் வித்தியாசமான சமையல் முறை, எனக்குப் பரிச்சயம் இல்லாத ஒரு புது உணவின் வாசனை, அந்த வாசனை அப்பாவுக்கும் பிடித்தது, அம்மா அதேபோல் செய்து சாப்பிட வைத்தது என்ற அனைத்து நிகழ்வுகளின் கலவையே அந்த மகிழ்ச்சிக்குக் காரணம்! அனைத்தும் சேர்ந்தே நம் மனதில் மணம் வீசின!இப்போது வெறும் கூட்டாஞ்சோறு மனசை நிறைக்க மறுக்கிறது!

நம் இளமைப் பருவத்தை நாம் நேசிக்கக் காரணம் அது கடந்த காலம். நாம் எத்தனை முயன்றாலும் திரும்பக் கிடைக்காத ஒன்று. எனவே அதற்கு மதிப்பு அதிகம்! அப்போது நடந்த சம்பவங்கள் நம் மனதில் பசுமரத்தாணி போல் பதிந்து கிடக்கின்றன. நமக்கு எந்தச் சுமையும் இல்லாத காலம் அது. இப்போது அப்படி ஒரு காலம் இருந்தால் எவ்வளவு நன்றாக இருக்கும் என்று ஏங்க வைக்கும் பருவம் அது!

நம் தோளில் சுமை ஏறும் வரை வாழ்ந்த காலம் தான் நம் வாழ்வின் பொற்காலம்! ஆனால் அதை அந்த வயதில் உணர முடிவதில்லை! பிற்காலத்தில் கடைசி வரை அதை மறக்க முடிவதில்லை!

69.
மண்ணின் மீதான பிணைப்பு

வீட்டை விட்டு வந்து சென்னை கல்லூரி விடுதியில் தங்கிப் படித்த காலத்தில் ஊருக்குப் போக வேண்டும் என்பது எப்போதும் ஒரு தாகம் போல் இருந்தது.

வீட்டிற்குப் போனவுடன் அம்மா அப்பா மட்டும் அல்லர்... வீட்டின் சுவர்களும் தரையும் தோட்டமும் செடிகளும் கூட ஏதோ எனக்காகவே காத்துக் கொண்டு இருந்தது போல் தோன்றும்!

ஓடு வேய்ந்த வீடுதான்! காய்ந்து போன பூமிதான்!

ஆனால் மலைகள் சூழ்ந்த, செஞ்சிக்கோட்டை என்பது பெருமிதமாகவே இருக்கும்.

திருமணம் ஆகி சென்னை வந்த பிறகும் இரண்டு நாள் ஓய்வாய் இருந்தால் ஊருக்குப் போவதே என் முதல் விருப்பம்.

மெல்ல மெல்ல ஊரிலிருந்து விலகும்போது ஒரு பயம் வந்தது. ஊரைப் பிடித்துக் கொள்ள என்ன செய்யலாம் என்று யோசித்து நிலம் வாங்கிப் போட்டோம்.

அங்கு என்றேனும் ஒரு நாள் வீடு கட்டும் எண்ணத்துடன் ஒரு மனை வாங்கினோம்.

ஊரில் உறவினரும் தோழிகளும் இன்னும் இருக்கிறார்கள்.

எனவே நிலம் பார்க்கும் சாக்கில் ஊருக்குப் போய் விடுவேன்.

பயங்கர உற்சாகத்துடன் திரும்பி வருவேன்!

சமீபத்தில் நிலத்தை விற்று விட்டோம். நம்பிய மனிதர்கள் நம்மை ஏமாற்றிக் கொண்டே இருப்பதை எதற்கு அனுமதிக்க வேண்டும் என்று மனம் அலுத்துப் போயிற்று.

எல்லோரும் சேர்ந்து எடுத்த முடிவுதான். அதுதான் சரி என்பது அறிவுக்குத் தெரிகிறது.

ஆனால் மனம் ஏற்காமல் அடம் பிடிக்கிறது.

சார் பதிவாளர் அலுவலகம் விட்டு வெளியே வந்த உடன் என் நண்பன் காந்தி கேட்டான்,

''ஊரிலிருந்து எல்லாத்தையும் விட்டுட்டுப் போறியா நீபு..?''

என்னுடன் ஒன்றாம் வகுப்பில் இருந்து பழகிய நண்பன்! என் திருமணத்தின் போது உடன் பிறந்தவன் போல் வேலைகள் செய்தவன்!

அவன் கேட்டதும் எனக்குப் பேசவே முடியவில்லை. தொண்டை அடைத்துக் கொண்டது. மெல்லத் தலை அசைத்தேன்... அவ்வளவுதான்.

இன்று சாலையில் ஒரு பேருந்து சற்று முந்திக் கொண்டு போனது.

என் கணவர் வழக்கம் போல்,

''உங்க ஊர் பஸ் போகுது..போறியா?'' என்றார்.

நான் வழக்கம் போல்,

''காரை நிறுத்தினா ஏறிப் போயிடுவேன்!'' என்று பதிலுக்குச் சொல்லவில்லை!

''அதான் எல்லாத்தையும் விட்டுட்டு வந்துட்டேனே...!'' என்றபோது என் குரல் உடைந்து போய் விட்டது.

பிறகு வீடு வரும் வரை நான்,கணவர், மகன் யாரும் பேசிக் கொள்ளவில்லை.

இத்தனை ஆண்டுகள் அந்த நிலம் கண்ணுக்குத் தெரியாத ஒரு பெரும் வடம் போல் என்னை ஊரோடு பிணைத்து வைத்து இருந்தது போலும்...!

பிறந்து வளர்ந்த ஊரின் மீது இருப்பது வெறும் விருப்பம் இல்லை...!

அது பேரன்பும் பெருங்காதலும் என்பது இப்போது மிகத் தெளிவாய்ப் புரிகிறது!

70.
நாற்றங்கால்

அறுவடைக் காலங்களில் நீங்கள் பார்த்திருக்கலாம். எல்லோருக்கும் ஒரே மாதிரி விளைச்சல் கிடைப்பதில்லை. அவை நிச்சயம் மாறுபடும். ஏனெனில் அவை பல காரணிகளைச் சார்ந்து இருக்கின்றன. மண் வளம், நேர்த்தியான விதை, சீரான மழைப் பொழிவு, குன்றாத நிலத்தடி நீர் வளம், உரம், களை எடுத்தல், பராமரிப்பு என அனைத்தும் சேர்ந்தே விளைந்த தானியத்தின் அளவையும் தரத்தையும் தீர்மானிக்கின்றன.

மனித வாழ்க்கையும் அப்படித்தான். இளம் வயதில் மனிதர்களுக்குக் கிடைக்கும் வாய்ப்புகளே அவர்களுடைய பிற்கால வாழ்வைத் தீர்மானிக்கின்றன. முடிந்தவரை நல்ல ஒழுக்கத்தையும் அறத்தையும் சொல்லி வளர்க்க வேண்டியது பெற்றோரின் கடமை ஆகும். ஆசிரியர்களுக்கும் இதில் செம்பாகம் இருக்கிறது.

இன்றைய வாழ்வில் இளைஞர்களை நல்லபடியாக வளர்ப்பது பெரும் சவாலாகவே இருக்கிறது. அவர்கள் சந்திக்கும் சமுதாயம் இன்று அவர்களைக் கெடுக்கும் அத்தனையையும் வழியெங்கும் இறைத்து வைத்திருக்கிறது.

மது, போதை, பாலியல் படங்கள், சாதி மதப் பிரிவினைகள், மோதல்கள் இவற்றிற்கு இடையில்தான் அவர்கள் வளர வேண்டி இருக்கிறது. இதிலெல்லாம் மீண்டு வந்து ஒரு நல்ல மனிதராய் உருவாக்கப் பெற்றோரும் ஆசிரியர்களும் பெரும்பாடு பட வேண்டும். நல்ல பிள்ளை வளர்ப்பு என்பது இப்போது சுலபமாய் இல்லை.

ஆனாலும் அதைச் செய்ய வேண்டிய கடமை நமக்கு இருக்கிறது.

ஒப்பீட்டளவில் சென்ற தலைமுறையின் இளம் பருவம் கொஞ்சம் நன்றாகவே இருந்தது. இல்லையா?

காலந்தோறும் எல்லாம் மாறிக் கொண்டே வரும் என்பது உண்மைதான். ஆனால் அந்த மாற்றம் கெடுதலைக் கொண்டு வந்து விடக் கூடாது. நம்மால் முடிந்தவரை ஒரு நல்ல சூழலை உருவாக்கப் பாடுபடுவோம். ஒவ்வொருவரும் இதை மனதில் இருத்திச் செயல் படும்போது நல்ல தீர்வு கிடைக்க வாய்ப்பு அதிகம்.

எல்லாம் கெட்டுப் போய் விட்டது என்று சும்மா உட்கார்ந்தபடி புலம்பாமல் எழுந்து ஒரு அடி முன்னால் வைப்போம். அந்த ஒரு அடி என்பது நம் குழந்தைகளுக்கு அறத்தைப் போதித்து அவர்கள் வளர நல்லதொரு சூழலைத் தருவதே.

நல்ல குழந்தைகளே நாளைய சமூகத்தின் நம்பிக்கை.